அவமானம்

மண்ட்டோ படைப்புகளின் தொகுப்பு

சாதத் ஹசன் மண்ட்டோ

தமிழாக்கம்:

ராமாநுஜம்

தேர்வு:

ச. தமிழ்ச்செல்வன்

சைதை ஜெ

தமிழ்நாடு முற்போக்கு எழுத்தாளர் கலைஞர்கள் சங்கம்

தென்சென்னை மாவட்டகுழுவுடன்

இணைந்து

பாரதி புத்தகாலயம்

AVAMANAM

MANTO PADAIPPUKALIN THOKUPPU (in Tamil)
Translated in Tamil by Ramanujam

First Published: September, 2013 | 11th Print : October, 2025

Published by

BHARATHI PUTHAKALAYAM
7, Elango Salai, Teynampet, Chennai - 600 018
Email: bharathiputhakalayam@gmail.com / www.thamizhbooks.com

அவமானம்

மண்டடோ படைப்புகளின் தொகுப்பு

தமிழாக்கம் : ராமாநுஜம்

முதல் பதிப்பு: செப்டம்பர், 2013 | 11வது அச்சு: அக்டோபர், 2025

வெளியீடு:

பாரதி புத்தகாலயம்

7, இளங்கோ சாலை, தேனாம்பேட்டை, சென்னை - 600 018
தொலைபேசி : 044-24332924 | 9444567935

விற்பனை நிலையங்கள்

அருப்புக்கோட்டை: *கதவுஎண் 49 A/4 மெயின் ரோடு, தெற்கு தெரு - 9994173551*
ஈரோடு: *39: 39 ஸ்டேட் பாங்க் சாலை - 9245448353*
கரூர்: *நாரத கானசபா அருகில் (TNGEA OFFICE)- 9442706676*
காரைக்குடி : *12, 2 வது தெரு, கம்பன் மணிமண்டபம் பின்புறம் - 9443406150*
கும்பகோணம்: *352, ரயில் நிலையம் எதிரில் - 9443995061*
குன்னூர்: *N.K.N வணிக வளாகம் பெட்போர்ட்*
கோவை: *77, மசக்காளிபாளையம் ரோடு, பீளமேடு - 8903707294*
சிதம்பரம்: *22A / 18B தேரடி கடைத் தெரு, கீழவீதி அருகில் - 9994399347*
செங்கல்பட்டு: *1 D ஜி.எஸ்.டி சாலை - 044 27426964* | **சேலம்:** *15, வித்யாலயா சாலை சாலை*
சேலம்: *பாலம் 35, அத்வைத ஆஸ்ரமம் சாலை 0427 2335952*
தஞ்சாவூர்: *காந்திஜி வணிக வளாகம் காந்திஜி சாலை - 9655542400*
திண்டுக்கல்: *பேருந்து நிலையம் - 9942331105, 9976053719*
திருச்சி: *வெண்மணி இல்லம், கரூர் புறவழிச்சாலை - 9994289492*
திருநெல்வேலி: *25A, ராஜேந்திரநகர் - 9442149981* | **திருப்பூர்:** *447, அவினாசி சாலை - 9486105018*
திருவண்ணாமலை: *முத்தம்மாள் நகர்* | **திருவல்லிக்கேணி:** *48, தேரடி தெரு - 9444428358*
திருவாரூர்: *35, நேதாஜி சாலை - 9442540543* | **நாகர்கோவில்:** *699 கே.பி.ரோடு R.V.புரம் - 9443450111*
நெய்வேலி: *பேருந்து நிலையம் அருகில், - 9443659147*
பழனி: *பேருந்து நிலையம் அருகில் - 9442883696* | **மதுரை:** *சர்வோதயா மெயின்ரோடு*
பாண்டிச்சேரி : *கிழக்கு கடற்கரைச்சாலை, இலாசுப்பேட்டை, 9486102777*
பெரம்பூர்: *52, கூக்ஸ் ரோடு - 9444373716* | **மதுரை:** *37A, பெரியார் பேருந்து நிலையம் - 045 22324674*
வடபழனி: *பேருந்து நிலையம் எதிரில் அடையார் ஆனந்தபவன் மாடியில் - 9444476967*
விருதுநகர்: *131, கச்சேரி சாலை - 0456 2245300* | **வேலூர்:** *பேஸ் III, சத்துவாச்சாரி - 9442553893*

நினைத்த நூல்கள்... நினைத்த நேரத்தில்... thamizhbooks.com

ISBN: 978-81-973662-3-9

ரூ. 100/-

அச்சு : பிரிண்டெக், சென்னை - 600 005.

நாம் இந்தியர்கள்...

இந்துக்கள் இசுலாமியர்கள் சீக்கியர்கள் கிறித்தவர்கள் சமணர்கள்... என பல்வேறு மத நம்பிக்கையுடையவர்களும்... அற்றவர்களுமாய்... ஒரு கொடியில் பூத்த பலவண்ண மலர்கள். வண்ணங்களின் இணைவுகளால் வானவில் மிளிர்வதைப் போல் பல்வேறு எண்ணங்களின்... பலநூறு வாழ்முறையின்... கூட்டுறவால் நிமிர்ந்தவர்கள்

உண்ணும் உணவிற்குள்ளும் உடுத்தும் ஆடைக்குள்ளும் உறைந்துகிடக்கும் பலபேரின் கூட்டு உழைப்பால் மதம் கடந்த மனிதத்தில் விளைந்தவர்கள்.

சுதந்திரத்துடன் சுயமரியாதையுடன் வாழ்வதும் சம அந்தஸ்துடன் அணுகுவதும் சகிப்புத் தன்மையுடன் பழகுவதும் நேசமுடன் அரவணைப்பதும் அன்பால் விட்டுக் கொடுப்பதும் அதிகாரத்தை தட்டிக் கேட்பதும் அச்சமற்ற துணிச்சலுடன் ஒன்றிணைவதும் உழைக்கும் மக்களின் மாண்புகள். இப்படியான நீண்ட நெடிய வரலாற்றுப் பாரம்பரியம் வழங்கிய மனித மாண்புகளின் எழில் மிகு தோற்றமாய் திகழ்பவர் எழுத்தாளர் சாதத் ஹசன் மண்ட்டோ.

இந்திய சுதந்திரப் போராட்டத்தின் கொதிகலனாக விளங்கிய தோழர் பகத்சிங்கை ஈன்றெடுத்த பஞ்சாப் மண்ணிலிருந்து வீரியத்தைப் பெற்றுக் கொண்டவர். 1936ல் இந்திய முற்போக்கு எழுத்தாளர்கள் சங்கம் துவக்கப்பட்ட போது – அதன் உயிர்த்துடிப்புமிக்க சக்தியாகவும் அங்கமாகவும் செயல்பட்டவர். அடித்தட்டு – விளிம்புநிலை மனித வாழ்வின் அவலத்தை வாசிப்பவர் மனம் அதிர்ந்து சமன் குலையும் வண்ணம் எழுதிச் சென்றவர்.

இந்தியா – பாகிஸ்தான் பிரிவினையின் – துயரை, துரோகத்தை, மனித மாண்புகள் அழிந்த காட்சிகளை, பெண்கள் உடலின் மீது எழுதப்பட்ட வன்முறையை... உதிரம் கசியும் மொழியில் வலியுடன் வெளிப்படுத்தியவர்.

இந்தியா – பாகிஸ்தான் விடுதலைக்குப் பின் பாகிஸ்தானிலுள்ள லாகூரை வாழ்விடமாகத் தேர்ந்தெடுத்துக் கொண்ட போதும் மண்ட்டோ இந்திய துணைக்கண்டத்தின் மிகச் சிறந்த எழுத்தாளர்.

மனித மாண்புகள் சிதைவுக்குள்ளாக்கப்படும் இன்றையச் சூழலில் மக்கள் ஒற்றுமையை மனித நேயத்தை வளர்த்தெடுக்கும் நோக்கில் தொடர்ந்து செயலாற்றும் தமிழ்நாடு முற்போக்கு எழுத்தாளர் கலைஞர்கள் சங்கம் மண்ட்டோ பிறந்த நாள் நூற்றாண்டு விழாவை சென்னை தாம்பரம் பகுதியில் கொண்டாடுகிறது. இவ்விழா கொண்டாட்டத்தின் ஒரு பகுதியாக இச்சிறு நூலை வெளியிடுகிறோம்.

இந்நூல் வெளிவர முதற் காரணமாயிருந்த மொழிபெயர்பாளர் ராமாநுஜம், படைப்புகளை தேர்வு செய்து கொடுத்த எழுத்தாளர் ச. தமிழ்ச்செல்வன், மண்ட்டோவின் வாழ்க்கை குறிப்பெழுதிய மயிலை பாலு, மண்ட்டோ ஓவியம் தீட்டித்தந்த ஓவியர் மருது, மிகுந்த ஆர்வத்துடன் ஒத்துழைத்த பாரதி புத்தகாலயம் சிராஜீதீன், நூலை வடிவமைத்த ஜீவமணி அனைவருக்கும் நன்றி.

20.09.203

தோழமையுடன்

சைதை ஜெ

சாதத் ஹசன் மண்ட்டோ வாழ்க்கைக் குறிப்பு

"என்னுடைய கதைகள் அசிங்கமாக இருப்பதாக நீங்கள் நினைத்தால், நீங்கள் வாழும் சமூகம் அசிங்கமாக இருக்கிறது என்று பொருள். அந்த உண்மையை நான் எனது கதைகள் மூலம் அம்பலப் படுத்தமட்டுமே செய்கிறேன்"

- சாதத் ஹசன் மண்ட்டோ

பஞ்சாப் மாநிலம் லூதியானா மாவட்டத்தில் உள்ள சாம்ராலா வட்டாரத்தின் பாப்ரோடி கிராமத்தில் சாதத் ஹசன் மண்ட்டோ 1912 ஆம் ஆண்டு மே மாதம் 11 ஆம் தேதி பிறந்தார். காஷ்மீரி முஸ்லீம் குடும்பத்தைச் சேர்ந்த இவர் அமிர்தசரசில் முஸ்லீம் உயர்நிலைப்பள்ளியில் ஆரம்பக் கல்வியைப் பெற்றார். இருப்பினும் கற்றலில் ஆர்வம் இல்லாத இவர் மெட்ரிக் தேர்வில் இரண்டு முறை தோல்வியுற்றார். உருதுமொழி இலக்கியத்தில் முத்திரைப்பதித்துள்ள மண்ட்டோ ஆரம்பத்தில் அம்மொழிப் பாடத்திலும் கூட தேர்வாகவில்லை. ஆங்கிலம் வழியாகப் புதினங்கள் வாசிப்பதிலேயே அதிக நாட்டம் கொண்டார்.

ஒருவழியாக பள்ளிப் படிப்பை முடித்த பின் இந்து சபா கல்லூரியில் சேர்ந்தார். இந்தக் கல்லூரி அப்போது விடுதலைப் போராட்ட வீரர்களின் களமாகத் திகழ்ந்தது. மண்ட்டோவும் இதனால் ஈர்க்கப்பட்டார். ஜாலியன் வாலாபாக் படுகொலை சம்பவத்தை மையமாகக் கொண்டு இவரது முதல் கதை உருவானது இதன் பிரதிபலிப்பேயாகும். 20 வயதில் தந்தையை இழந்த இவருக்குத்

தாயார் உற்றதுணையாகவும் வழி காட்டியாகவும் விளங்கினார். 1933 ஆம் ஆண்டில் அப்துல் பாரிஅலிக் என்பவருடன் ஏற்பட்ட சந்திப்பு இவரது வாழ்க்கையில் திருப்பு முனையை ஏற்படுத்தியது. இவரின் புதின வாசிப்பு ஆர்வத்தைக் கருத்தில் கொண்டு ரஷ்ய, ஃபிரெஞ்சு மொழி இலக்கியங்களைப் படிக்கத்தூண்டினார் அலிக். இதன்படி விக்டர் ஹியூகோ, ஆஸ்கர் ஒயில்ட், ஆன்டன் செகாவ், மாக்சிம் கார்க்கி ஆகியோரின் நாவல்களால் கவரப்பட்டார். இதன் தொடர்ச்சியாக சில நாவல்களை உருது மொழியில் மொழி பெயர்க்கவும் செய்தார். இது இலக்கிய வட்டாரத்தில் மண்ட்டோவுக்கு செல்வாக்கை உருவாக்கியது. அவ்வப்போது எழுதிவந்த சிறுகதைகளின் முதல் தொகுப்பு அவரது 24ஆம் வயதில் 1936ஆம் ஆண்டு வெளிவந்தது.

இந்திய விடுதலைப் போராட்டத்தில் எழுத்தாளர்களையும் கலைஞர்களையும் இணைக்கும் மையமாக விளங்கிய இந்திய முற்போக்கு எழுத்தாளர்கள் சங்கத்தில் 1936ஆம் ஆண்டு இணைந்தார். இந்தி திரைப்படத்துறையில் சில ஆண்டுகள் பணிபுரிந்து கதை -வசனம் எழுதிப் புகழ்பெற்றார். பின்னர் 1941 ஆம் ஆண்டு அகில இந்திய வானொலியின் மும்பை நிலையத்தில் பணியில் சேர்ந்து சிறந்த நாடகங்களைத் தயாரித்தளித்தார்.

1939 ஆம் ஆண்டு சஃபியாவைத் திருமணம் செய்து கொண்டார். நிஹாத், நஷாத், நஸ்ரத் என மூன்று மகள்களுக்குத் தந்தையானார். சமூக அக்கறையுள்ள முற்போக்கு சிந்தனை கொண்ட பல படைப்புகளைத் தந்த மண்ட்டோ சமூகத்தில் விளிம்பு நிலை மாந்தர்களாகக் கருதப்பட்ட பாலியல் தொழிலாளர்களின் வாழ்க்கை, அவர்தம் உளவியலை மையமாகக் கொண்டு பல கதைகளை எழுதியிருக்கிறார்.

1947 ஆம் ஆண்டு சுதந்திரத்தின்போது இந்தியா - பாகிஸ்தான் பிரிவினையால் ஏற்பட்ட வன்முறைகள் ரத்தத்தால் எழுதப்பட்ட வரலாறு. வாழப்பிறந்த மனிதர்களுக்கு மதம் பிடித்ததால் செத்து மடிந்த சோகங்களுக்கு எதிராக இலக்கியங்கள் படைத்தவர் மண்ட்டோ. இவரது ‘திற’ என்கிற கதையும் அதை வைத்து தயாரிக்கப்பட்ட குறும்படமும் பிரபலமானவை.

மூதாதையர்களின் குடும்பத்தினர் லாகூரில் குடியேறியதால் கனத்த இதயத்தோடு மண்ட்டோ குடும்பத்தினரும் பாகிஸ்தானில் குடியேறினர். ஏகாதிபத்தியத்தின் பிரித்தாளும் சூழ்ச்சியை நன்குணர்ந்தவர் அவர். பாகிஸ்தான் பிரிவினைக்குப் பின் அதனை அமெரிக்க ஏகாதிபத்தியம் எப்படிப் பயன்படுத்திக் கொள்ளும் என்பதை “அங்கிள் சாமுக்குக் கடிதங்கள்” என்ற உரைநடை இலக்கியத்தின் மூலம் அம்பலப்படுத்தியவர்.

லாகூரில் வாழ்ந்த போது பிள்ளைகள் விரும்பியதை வாங்கிக் கொடுக்கவும் வசதியின்றி வாழ்ந்தார். அப்போது அமெரிக்கத்தூதரகத்தினர் அவரை அணுகி தாங்கள் நடத்துகிற உருதுமொழி பத்திரிகைக்கு ஒரு படைப்பு தரவேண்டும் என்று கேட்டுக்கொண்டனர். வழக்கமாக படைப்புக்கு 20 ரூபாய் சன்மானம் கிடைத்துவந்த நிலையில் ஏகாதிபத்திய எதிர்ப்புணர்வு காரணமாக 200 ரூபாய் கேட்டால் வந்தவர் திரும்பி விடுவார் என்றெண்ணி அதே தொகையைக் கேட்டார். வந்தவரோ 500 ரூபாய் தரவும் தயாரானார். மீண்டும் உஷாரான மண்ட்டோ எனது படைப்பில் ஒரு வார்த்தையையும் குறைக்காமல் வெளியிடுவதானால் தருகிறேன் என்றார். இந்த நிபந்தனை தமக்கு ஆபத்தானது என்றெண்ணிய அதிகாரி வாய்பேசாமல் திரும்பிவிட்டார். வறுமையிலும் நேர்மையாக ஏகாதிபத்திய எதிர்ப்பில் உறுதியாக நின்று நிலைத்தவர் மண்ட்டோ என்பதற்கு இந்த சம்பவம் சிறந்த எடுத்துக்காட்டாக விளங்குகிறது.

அசோக்குமார், ஷியாம், நர்கீஸ், நூர்ஜஹான் போன்ற இந்தித் திரையுலக நடிகர்கள், நடிகையரின் வாழ்க்கைச் சித்திரங்களை நினைவோடைகளாக நன்றியுடன் பதிவுசெய்திருப்பவர் மண்ட்டோ.

“படைப்பாளியின் உணர்வுகள் புண்படுகிறபோது அவன் பேனாவைத் திறக்கிறான்” என ஒருவழக்கின் போது நீதிமன்றத்தில் முழங்கிய மண்ட்டோ 22 சிறுகதைத் தொகுப்புகள், ஒருநாவல், 5 வானொலி நாடகத் தொகுப்புகள், 3 கட்டுரைத் தொகுப்புகள் ஒரு சொற்சித்திரம் ஆகியவற்றைத் தனது வாரிசுகளாக விட்டு விட்டு 1955 ஆண்டு ஜனவரி 18ம் நாள் 42 வது வயதில் லாகூரில் மரணமடைந்தார்.

- மயிலை பாலு

பசித்த மானுடன்

ஒரு காலத்தில் சோவியத் இலக்கியம் எப்படி தமிழ் இலக்கியவாதிகளின் மனங்களை வசீகரித்துக் கொண்டிருந்ததோ அதுபோல இன்று நம்மை ஈர்க்கும் மகத்தான படைப்புகளாக சதத் ஹசன் மண்டோவின் எழுத்துக்கள் துலங்குகின்றன. அவ்வப்போது சில கதைகள் சிற்றிதழ்களில் வந்திருந்தாலும் தோழர் ராமாநுஜத்தின் அருமையான மொழிபெயர்ப்பில் 22 கதைகளும் சொற்சித்திரங்களும் நிழல் வெளியீடாக முதல் பதிப்பு வந்தபோதும் இரண்டாவது மூன்றாவது பதிப்புகளாக புலம் வெளியிட்ட போதும் தமிழ்ப்படைப்பு மனங்கள் அதிர்ந்தன. தமிழில் ஜி. நாகராஜனின் கதைகள் புழங்கிய மன உலகில் 40களிலேயே இன்னும் நுட்பமாகவும் அழுத்தமாகவும் இயங்கிய படைப்பாளியாக மண்ட்டோ முன்னுக்கு வந்து நிற்கிறார். ஜி. நாகராஜனிடம் இல்லாத அரசியல் மண்ட்டோவின் படைப்புகளில் தெறித்துக் கிடப்பதைக் காணலாம். ஜி. நாகராஜனின் அவநம்பிக்கை மண்ட்டோவிடம் இல்லை.

தேசப்பிரிவினை இந்திய வரலாற்றில் சில பக்கங்களில் கடந்துபோன ஒன்றாக இருக்கையில் மண்ட்டோவின் படைப்புகளில் நாம் அந்தக்காலத்து வாழ்க்கையை மீண்டும் வாழ்ந்து பார்த்து மனம் சிதைகிறோம். இந்து-முஸ்லிம்-சீக்கியர் என்கிற பேதமின்றி எல்லோருமே மனிதர்களாக அவருடைய படைப்புகளில் நடமாடுகிறார்கள். மதக்கலவரம் அன்றைய நாளின் தட்பவெப்பமாக இருந்தபோது மனிதர்கள் என்னவாகவெல்லாம் மாற்றம் பெருகிறார்கள் என்பதை நம் மனம் பதைக்க அவருடைய எழுத்துக்களில் வாசிக்கிறோம். ஆண்மை, பெண்மை, பண்பு, நற்குணங்கள், வீரம், விவேகம் என எல்லா மனிதக் குணங்களும் சிதைகின்ற கோலத்தை விருப்பு வெறுப்பின்றி, எந்தச் சாய்மானமும் இன்றி மண்ட்டோ தன் படைப்புகளில் முன்வைக்கிறார்.

வாசிக்கும் ஒவ்வொரு மனிதனின் மனச்சாட்சியையும் புரட்டிப் போடுகின்றதாக அவருடைய ஒவ்வொரு கதையும் அமைகின்றது. இன்று இலங்கையில் தமிழ் மக்களின் மனம் அடைந்துள்ள ஓர் இடத்தில் நின்ற அன்றைய இந்து-முஸ்லிம்-சீக்கிய மக்களின் மனங்களே மண்ட்டோவின் படைப்புகளாகியிருக்கின்றன.

இன்று நாம் எல்லோரும் கொண்டாடும் 'திற' கதை மற்றும் சில்லிட்டுப் போன சதைப்பிண்டம், கருப்பு சல்வார் ஆகிய

கதைகள் ஆபாசமானவை என்பதற்காக அன்று அவர்மீது வழக்குத் தொடுக்கப்பட்டதாக அறியும்போது நாம் வேதனைக்குள்ளாகிறோம். அதுபற்றி அவரே குறிப்பிடுவது, "ஆபாச எழுத்தாளன் என்று பலமுறை நீதிமன்றத்திற்குக் கொண்டுசெல்லப்பட்ட இந்த மண்ட்டோ தூய்மையை நேசித்தான். நான் இதையும் சொல்லத்தான் வேண்டும். எளிதில் திருப்தி கொள்ள முடியாத அளவிற்குத் தூய்மையை நேசித்ததால் அவனை எப்போதும் சுத்தப்படுத்திக்கொண்டே இருந்தான்".

மண்ட்டோவைப் போன்ற தூய்மையான ஓர் ஆத்துமா இந்திய இலக்கிய உலகில் இருந்திருக்க வாய்ப்பில்லை என்பதை அவருடைய கதைகளை வாசிக்கும் ஒவ்வொருவரும் உணரமுடியும்.

புனிதங்களையும் ஒளிவட்டங்களையும் வெற்று முழக்கங்களையும் தவிடுபொடியாக்கும் ஓர் எழுத்துக்குச் சொந்தக்காரன் மண்ட்டோ. இன்னும் சரியாகச் சொன்னால் பசியை, பசித்த வயிறுகளை, பசித்த மனிதர்களை, பசித்த மனிதர்களின் மகத்தான மனிதப் பண்புகளை கூர்மையாகவும் விரிவாகவும் பாடிய கவிஞன் மண்ட்டோ. வரலாறு அவரை 1947க்குப் பிறகு பாகிஸ்தானுக்கு அனுப்பியது. எங்கிருந்தபோதும் அவர் பசித்த கண்களோடு மனிதம் தேடி அலைந்து கொண்டேயிருந்தார் - இந்த வாழ்க்கையின் பூச்சுகளைச் சுரண்டியபடி கற்பிதங்களைப் பகடி செய்தபடி முக்காடுகளைச் சடாரென விலக்கியபடி. மண்ட்டோவை வாசிக்கும் எவரும் ஏற்கனவே இருந்த உலகத்து மனிதர்களாக நிம்மதியாக வாழ முடியாது. முகத்திலறையும் வாழ்வின் யதார்த்தங்களை நம் எல்லோரையும் வாசிக்க வைத்தார் மண்ட்டோ.

மண்ட்டோவின் படைப்புகள் தொகுப்பை சிறப்பு வெளியீடாக வெளியிட்டு தமுஎகசவின் 2008 மாநில மாநாட்டுப் பிரதிநிதிகள் 500 பேருக்கும் விலையின்றி வழங்கி வாசிக்க உதவினோம். இன்று அவரது நூற்றாண்டை இச்சிறு நூலோடு சிறப்பாகக் கொண்டாடும் தமுஎகசவின் தென் சென்னை மாவட்டக்குழுவுக்கு என் மனங்கனிந்த வாழ்த்துக்கள்.

மண்ட்டோவை மீண்டும் மீண்டும் வாசிப்பது நம்மை நாமே வாசிப்பதாகும்.

பத்தமடை - 627 453
07.09.2013

அன்புடன்
ச. தமிழ்ச்செல்வன்

காலித்

மும்தாஜ் ஒவ்வொரு நாள் காலையிலும் மூன்று அறைகளையும் பெருக்கிச் சுத்தம் செய்வான். சிகரெட் துண்டுகள், எரிந்த தீக்குச்சிகள் மற்றும் சிதறிக்கிடக்கும் குப்பைகள் எல்லாவற்றையும் அப்புறப்படுத்துவான். இடத்தை மிகத் துல்லியமாகச் சுத்தம் செய்தால்தான் அவன் சௌகரியமாக உணர்வான்.

மனைவி வெளியே வராண்டாவில் படுத்திருந்தாள். குழந்தை அதனுடைய கட்டிலில் படுத்திருந்தது.

விடியற்காலையில் எழுந்து மூன்று அறைகளையும் பெருக்கிச் சுத்தம் செய்வது ஒரு சடங்காகவே மாறியிருந்தது. இதைச் செய்வதற்குக் காரணம் அவனின் மகன் நடக்கத் தொடங்கியதோடு மட்டும் அல்லாமல் அந்த வயது குழந்தைகள் செய்வது போல தரையில் இருக்கும் எல்லாவற்றையும் எடுத்து வாயில் போட்டுக் கொள்கிறான்.

அவனேதான் எல்லா அறைகளையும் சுத்தம் செய்கிறான் என்றாலும், தரையில் உள்ள வெடிப்புகளில் சிக்கியிருக்கும் தூசிகளைத் துப்பறியும் மகனின் திறமையைக் கண்டு ஆச்சரியப் பட்டுப் போனான்.

அவன் என்னதான் செய்து பார்த்தாலும் ஒரு வயது கூட நிரம்பாத அவனின் முதல் மகன் காலித் எப்படியாவது எதையாவது பொறுக்கி எடுத்து வாயில் போட்டுக் கொள்வான்.

சுத்தமாக இருப்பது அவனுள் ஒரு வெறியாகவே மாறியிருந்தது. ஒவ்வொரு முறையும் காலித் எதையாவது பொறுக்கி எடுத்தால் அவன் குற்ற உணர்வால் தாக்கப்பட்டான். இன்னும் சிரத்தையோடு இல்லாமல் போனதற்கு தன்னையே நொந்து கொண்டான்.

அவன் தன் மகனை உணர்ச்சி பொங்க நேசித்தான்... அது அவனைப் பைத்தியமாக்கியது. மகனின் முதல் பிறந்த நாள் நெருங்க நெருங்க அவனுள் பயம் கூடத் தொடங்கியது. அவனால் ஏன் என்று புரிந்து கொள்ள முடியவில்லை என்றாலும் அவனுடைய மகன் முதல் வயது பூர்த்தியாகும் வரை உயிரோடு இருக்க மாட்டான் என்று அவனுள் ஏதோ ஒன்று சொன்னது. அவனுடைய பயத்தைத் தன் மனைவியிடம் பகிர்ந்து கொண்டான். அவன் முதல் முறையாக அவளிடம் சொன்ன போது அவளால் தன் காதுகளையே நம்ப

முடியவில்லை. அவளின் கணவன் இது போன்ற நோய்வாய்ப்பட்ட கற்பனைகளுக்கெல்லாம் இடம் கொடுக்கக் கூடியவர் இல்லை. அதனால் அவள், "உங்களுக்கு என்ன ஆயிற்று? இப்படிப் பேசுவதை என்னால் நம்பவே முடியவில்லை. நீங்கள் இது போன்ற பைத்தியக்கார எண்ணங்களுக்கு இடம் கொடுக்கக்கூடியவர் இல்லை. கடவுளுடைய புண்ணியத்தில் நம்முடைய மகன் நூறு வயது வரை இருப்பான். அவனின் முதல் பிறந்தநாளை மிகப்பெரிய அளவில் கொண்டாடி, உங்களுடைய இந்தப் பைத்தியக்காரச் சிந்தனைக்கு முடிவு கட்டுகிறேன்" என்றாள்.

அவன் மனைவியின் வார்த்தைகள் அவனைக் கொட்டியது. அவள் எந்த அளவிற்குத் தன்னுடைய மகன் மீது அக்கறை கொண்டிருந்தாளோ அதே அளவிற்கு அவனும் தன் மகன் மீது அக்கறை கொண்டிருந்தான். ஆனாலும் அவனுள் தோன்றிய இந்த விபரீத உணர்வை எதனாலும் அசைக்க முடியவில்லை.

காலித் திடமாக இருந்தான். குளிர் காலத்தில் ஒரு நாள் வேலைக்காரன் குழந்தையை வெளியே எடுத்துச் சென்றிருந்தான். அவன் திரும்பி வந்த உடன் மும்தாஜின் மனைவியிடம், "பேகம் ஸாஹிபா, காலித் செல்லத்திற்கு கன்னங்களில் சிவப்பு வர்ணம் உபயோகப்படுத்தாதீர்கள். ஏதாவது திருஷ்டிப்பட்டுவிடும்" என்றான்.

அவள், "மடையா! நான் என்ன குழந்தையின் கன்னத்தில் சிகப்பு சாயமா பூசியிருக்கிறேன். அது இயற்கையாகவே சிகப்பாக இருக்கிறது" என்று கூச்சல் போட்டாள்.

குளிர்காலத்தில் காலித்தின் உடல் ஆரோக்கியமாகப் பிரகாசித்துக் கொண்டிருந்தது. ஆனால் கோடைக்காலம் வர வர அவன் சற்றே பிரகாசத்தை இழந்திருந்தான். காலித்துக்குத் தண்ணீரில் விளையாடுவது என்றால் பிடிக்கும். காலை எழுந்தவுடன் உடலைப் பரப்பிக் கொண்டு பால் புட்டியில் இருந்து பாலைச் சத்தத்தோடு உறிஞ்சிக் குடிப்பான். பிறகு, வேலைக்குக் கிளம்பிக் கொண்டிருக்கும் அவனின் தந்தை அவனை ஒரு வாளி தண்ணீருக்குள் நிற்க வைப்பான். அவனின் பெற்றோர்கள் சந்தோஷமாகப் பார்த்துக் கொண்டிருக்க, அவன் தண்ணீரை வாரியிறைத்து விளையாடிக் கொண்டிருப்பான்.

ஆனாலும் மும்தாஜிடம் சந்தோஷங்களோடு கவலையும் ஒட்டிக்கொண்டுதான் இருந்தது, "ஐயோ கடவுளே, என் மனைவியின் வார்த்தைகளை மெய்யாக்கும்படி உன்னை வேண்டிக் கொள்கிறேன். நான் குழம்பிக் கிடக்கிறேன். சதாசர்வ காலமும் காலித்தின் மரணம் பற்றிய சிந்தனை ஏன் என்னை வாட்டி எடுக்கிறது என்று எனக்குத் தெரியவில்லை. ஏன் என் மூளைக்குள் இந்தச் சிந்தனைகள் வந்து போகின்றன? ஏன் காலித் சாக வேண்டும்? அவனின்

வயதொத்தவர்களைக் காட்டிலும் அவன் ஆரோக்கிய மாகவும் பெரியவன் போலவும் தானே இருக்கிறான். என் செல்லமே! எனக்கு நிச்சயமாகப் பைத்தியம் பிடித்து விட்டது. எனக்குப் பைத்தியம் பிடிக்கும் அளவிற்கு நான் என் மகனை நேசிக்கிறேன். அதனால் தான் நான் இவ்வளவு நடுங்கிப்போகிறேன். நான் ஏன் என் மகனை இவ்வளவு நேசிக்க வேண்டும்? நான் உணர்வது போல் தான் மற்ற தந்தைமார்களும் உணர்கிறார்களா? எல்லாத் தகப்பனும் தன்னுடைய மகனின் மரணத்தைப்பற்றி பயந்து கொண்டுதான் வாழ்கிறார்களா? எனக்கு என்ன ஆயிற்று என்று என்னால் புரிந்து கொள்ள முடியவில்லையே".

மூன்று அறைகளையும் சுத்தம் செய்தபின், தரையில் பாயை விரித்து தலையணை இல்லாமல் மும்தாஜ் மல்லாக்கப் படுத்துக் கொள்வான். அரை மணிநேரம் நிம்மதியைச் சந்தோஷமாக அனுபவிப்பான். அன்றும் அவன் அப்படிப் படுத்திருக்கும் போது, "நாளைக்கு மறுதினம் என் மகன் ஒரு வயதைப் பூர்த்தி செய்கிறான். அது வரை ஏதும் அசம்பாவிதம் நடக்காமல் கழிந்து விட்டால் என்னுடைய நிம்மதி எனக்குத் திரும்பக் கிடைத்து விடும். என் இதயத்தில் இருக்கும் கனம் எல்லாம் குறைந்து விடும்: அல்லா!..." என்று நினைத்தான்.

கண்களை மூடி படுத்திருந்தபோது, அவனின் வெறும் மார்பில் மகனின் முழு கனத்தையும் உணர்ந்தான். கண்களைத் திறந்து மனைவி அருகில் நின்று கொண்டிருப்பதைப் பார்த்தான். அவள், "காலித் இரவெல்லாம் அமைதியில்லாமல் இருந்தான். தூக்கத்தில் அவன் நடுங்கிக் கொண்டே இருந்தான்" என்றாள்.

தந்தையின் மார்பில் சாய்ந்திருந்த காலித் மீண்டும் நடுக்கம் கொள்ளத் தொடங்கினான். குழந்தையின் முதுகில் கைவைத்து அவன், "கடவுளே, என் மகனைக் காப்பாற்று" என்றான்.

அவனின் மனைவி எரிச்சலை அடக்க முடியாமல், "கடவுளுக்குப் புண்ணியமாகப் போகட்டும். நீங்களும் உங்களுடைய பைத்தியக் காரக் கற்பனைகளும். பையனுக்குச் சாதாரண ஜுரம் தான். சீக்கிரத்தில் குணமாகிவிடும்" என்று சொல்லி அறையை விட்டு வெளியேறினாள்.

பாதிக் கண்களை மூடியிருந்த காலித், தந்தையின் மார்பில் சாய்ந்து கொண்டிருந்தான். அவ்வப்போது அந்தச் சிறிய உடல் ஊடாக நடுக்கம் பாய்ந்தது. அப்போது மும்தாஜ் குழந்தையை முதுகில் தட்டிக் கொடுப்பான்.

சற்று நேரம் கழித்து காலித் தன்னுடைய கறுத்த கண்களைத் திறந்து தந்தையைப் பார்த்து, தளர்ந்த புன்னகையை வீசினான்.

மும்தாஜ் தன் மகனுக்கு முத்தம் கொடுத்து, "காலித், என் செல்லமே, ஏன் இவ்வளவு அமைதியுற்று இருக்கிறாய்" என்று கேட்டான்.

குழந்தை காலித் தன் தலையை உயர்த்திப் புன்னகைத்தான். பிறகு, தலை தந்தையின் மார்பில் தவழ்ந்தது.

மும்தாஜ் குழந்தையின் முதுகில் தட்டிக் கொடுத்துக் கொண்டே, தன்னுடைய மகன் நீண்ட ஆயுள் பெற வேண்டும் என்று தன் இருப்பின் மையத்தில் இருந்து பிரார்த்தனை செய்தான். அவனின் மனைவி காலித்தின் முதல் பிறந்த நாள் கொண்டாட்டத்திற்கானக் காரியங்களில் மும்முரமாக இருந்தாள். அவளுடைய நண்பர்கள் எல்லோரும் அழைக்கப்பட்டிருந்தார்கள். குழந்தைக்கு மிகப் பிரத்தியேகமான உடை தைக்க தையல்காரன் வரவழைக்கப்பட்டு இருந்தான். என்ன உணவு பரிமாறுவது என்று தீர்மானிக்கப் பட்டிருந்தது. கொண்டாட்டத்திற்குத் தேவையானது எல்லாம் யோசித்து செய்யப்பட்டது. ஆனாலும் இவை எதுவுமே அவனுக்குச் சந்தோஷத்தைக் கொடுக்க மறுத்தது. அவனைப் பொறுத்த வரை அவன் மகனின் பிறந்த நாள் விழா முடியவேண்டும். அவ்வளவுதான்! அவனின் காதுகளை எட்டாமலேயே குழந்தை ஒரு வயதைப் பூர்த்தி செய்து விட்டால் நல்லது தான். குழந்தையின் பிறந்த நாள் முடிந்த பிறகே அவனுக்கு அது தெரிவிக்கப்படுவதை விரும்பினான்.

மார்பில் அமர்ந்திருந்த காலித் நகரத் தொடங்கிய போது, "காலித் பேட்டா, உன் அப்பா நிம்மதியாக இருக்க வேண்டும் என்று நீ வாழ்த்த மாட்டாயா?" என்று கேட்டான்.

குழந்தை காலித் சிரித்துக்கொண்டே வலது கையை அவனின் நெற்றியை நோக்கி நகர்த்தினான்.

அவன் தன் மகனை வாழ்த்தினான். "நீ நீண்ட ஆயுளைப்பெற வேண்டும்". ஆனால் இந்த வார்த்தைகள் அவனின் உதடுகளில் இருந்து வெளியேறிய உடன் அவன் தன் நம்பிக்கையை இழந்து பயம் கொள்ளத் தொடங்கினான்.

குழந்தை காலித் தன்னுடைய தந்தையைப் பார்த்து புன்னகைத்து, அறையை விட்டு வெளியேறினான்.

அலுவலகத்திற்குக் கிளம்ப இன்னும் நிறைய நேரம் இருந்தது. பாயில் படுத்த படியே அவனை மூச்சடைக்கச் செய்த அந்தப் பயத்தை ஒழித்துக் கட்ட அவனால் முடிந்த மட்டும் முயற்சித்தான்.

திடீரென்று அவன் மனைவி அதிர்ச்சியுற்றுக் கத்துவதைக் கேட்டான். "மும்தாஜ் சாகீப்.... மும்தாஜ் சாகீப், சீக்கிரம் இங்கு வாருங்கள்" அவளின் குரலில் கலக்கத்தின் சாயல் இருந்தது.

சட்டென்று உதறிக் கொண்டு எழுந்து, வராண்டாவிற்கு ஓடினான். அவனின் மனைவி குழந்தையை இறுக்க அணைத்துக் கொண்டு குளியலறை முன்பு மேலும் கீழும் நடந்து கொண்டிருந்தாள்.

"என்ன நடந்தது?" என்று கேட்டுக்கொண்டே அவளிடம் இருந்து குழந்தையை வாங்கிக் கொண்டான்.

மிகவும் பயந்து போயிருந்த அவனின் மனைவி, "எனக்கு ஒன்றும் தெரியவில்லை... தண்ணீரை வாரியிறைத்து விளையாடிக் கொண்டிருந்தான். அவனின் மூக்கைச் சுத்தம் செய்ய தூக்க முயற்சித்த போது அப்படியே கவிழ்ந்து விழுந்து விட்டான்" என்றாள்.

குழந்தை காற்றில் திரும்பி தந்தையின் கரங்களுக்கு வந்தபோது, குழந்தையின் உயிர் துடிப்பு வற்றி விட்டது போல இருந்தது.

அவன் முன்னே இருந்த கட்டிலில் காலித்தைப் படுக்க வைத்தான்.

இப்போது அவனும் அவனின் மனைவியும் மிகவும் கவலைப் பட்டார்கள். பெற்றோர்கள் செய்வது அறியாமல் திகைத்துப்போய் நின்று கொண்டிருக்க, காலித் படுக்கையில் தூக்கிப்போடப்பட்டு புரண்டுக் கொண்டிருந்தான். ஒருவர் மாறி ஒருவர் குழந்தையை வாஞ்சையோடு வருடிக் கொடுத்தார்கள். முத்தம் கொடுத்தார்கள். அணைத்துக் கொண்டார்கள். குழந்தையின் முகத்தில் தண்ணீர் தெளித்தார்கள். ஆனாலும் குழந்தை உயிரற்றது போல் கிடந்தான்.

சற்று நேரம் கழித்து தாக்குதல் குறைய, குழந்தை நினைவிழந்து படுத்திருந்தது.

தன் மகன் இறந்து விட்டான் என்று நினைத்த மும்தாஜ் தன் மனைவியிடம், "நம்மைவிட்டு அவன் போய்விட்டான்" என்றான்.

தன்னை மிகவும் கட்டுப்படுத்திக் கொண்டு, "கடவுளுக்குப் புண்ணியமாகப் போகட்டும், இப்படிப் பெரிய தீர்க்கத் தரிசிபோல் பேசுவதை நிறுத்துங்கள். குழந்தைக்கு வலிப்பு வந்திருக்கிறது. அவன் சீக்கிரத்தில் சரியாகிவிடுவான்" என்றாள்.

அந்த நொடியில் காலித் தன்னுடைய கறுத்த விழிகளை அசதியோடு திறந்து தந்தையைப் பார்த்தான்.

மும்தாஜ், பெரும் நிம்மதி அவனுள் பாய்வது போல் உணர்ந்தான். உறைந்து போன அவனின் உலகம் மீண்டும் இயங்கத் தொடங்கியது. "காலித் பேட்டா, உனக்கு என்ன ஆச்சு?" என்று குழந்தையை அணைத்துக் கொண்டு முணுமுணுத்தான்.

குழந்தை காலித் பலமற்றுப் புன்னகைத்தான்.

மும்தாஜ் குழந்தையைத் தூக்கிக் கொண்டு உள்ளே சென்றான். அவன் குழந்தையைக் கட்டிலில் படுக்க வைத்து சரி செய்த போது அந்தச் சிறு உடம்பு மீண்டும் வலிப்பால் தாக்கப்பட்டது. அது காக்கா வலிப்பு தாக்குவது போல் இருந்தது. அது தன்னையும் தாக்கியது போல் மும்தாஜ் உணர்ந்தான்.

இந்த இரண்டாவது தாக்குதலுக்குப் பிறகு காலித் மேலும் உயிரற்ற பொருளானான். கண்கள் அவனின் தலைக்குள் புதைந்து கொண்டது.

மும்தாஜ் படபடப்போடு, "காலித் பேட்டா, என்ன ஆயிற்று என்று அப்பாவிடம் சொல்லு, பேட்டா நீ குணமாகி பழைய நிலைக்கு வருவாயா? காலித் உனக்குக் கொஞ்சம் வெண்ணெய் கொடுக்கட்டுமா?" என்றான்.

காலித்துக்கு வெண்ணெய் என்றால் பிடிக்கும். ஆனால் அன்று அவன் அதற்கு எந்த எதிர்வினையும் காட்டவில்லை. பிறகு தந்தை மகனிடம் பால் வேண்டுமா என்று கேட்டான். குழந்தை எல்லாவற்றையும் நிராகரித்தது. அவன் தன் மகன் மீது கொண்ட அன்பு அனைத்தையும் ஒன்று திரட்டி குழந்தையை அள்ளி எடுத்து தன்னோடு அணைத்துக்கொண்டு, குழந்தையைப் பார்த்துப் புன்னகைத்தான். பிறகு காலித்தைத் தன் மனைவியிடம் கொடுத்து விட்டு, "இவனைப் பார்த்துக்கொள். நான் மருத்துவரை அழைத்து வருகிறேன்" என்றான்.

அவன் மருத்துவரோடு திரும்பிய போது, அவனின் மனைவி மேலும் கவலை கொண்டு காணப்பட்டாள். குழந்தைக்கு மேலும் மூன்று முறை வலிப்பு வந்தது, இப்போது நினைவிழந்து கிடந்தான்.

மருத்துவர் குழந்தையை மிகக் கவனமாகப் பரிசோதித்து, "இதில் கவலைப்பட ஏதும் இல்லை, இந்த வயதுக் குழந்தைகளுக்கு இது போல வலிப்பு வருவது சகஜம் தான். வழக்கமாகப் பல் முளைக்கத் துவங்கினால் இதுபோல் இருக்கும். இல்லை வயிற்றில் ஏதாவது பூச்சி இருக்கலாம். நான் மருந்து எழுதிக் கொடுக்கிறேன். மருந்து எடுத்துக்கொண்டால் நிச்சயம் முன்னேற்றம் இருக்கும். இதற்காக நீங்கள் கவலைப்பட வேண்டாம்" என்றார்.

அன்று மும்தாஜ் வேலைக்குப் போகவில்லை. நாள் முழுக்க தன் மகனோடவே கழித்தான்.

மருத்துவர் சென்ற பிறகு, காலித்துக்கு மேலும் இரண்டு முறை வலிப்பு வந்தது. அவன் சற்றும் அசைவற்றுப் படுத்துக்கிடந்தான்.

மாலை வந்தபோது, "கடவுள் நம் மீது இரக்கம் கொண்டுள்ளார். ரொம்ப நேரமாய் குழந்தைக்கு வலிப்பு வரவில்லை" என்று தனக்குள் நினைத்துக்கொண்டான்.

அவனின் மனைவியும் நிம்மதி கொண்டவளாக, "கடவுள் புண்ணியத்தில் என் குழந்தை நாளை சரியாகி விடுவான்" என்றாள்.

இரவில் காலித்துக்கு மருந்துகள் கொடுக்க வேண்டியிருந்ததால், படுத்தால் தூங்கிவிடுவோம் என்று மும்தாஜ் படுக்காமலேயே இருந்தான். அதற்காகத் தன் மகன் படுத்திருந்த கட்டிலுக்கு அருகில் நாற்காலியை இழுத்துப்போட்டுக்கொண்டு, மிகக் கவனமாகப் பார்த்துக்கொண்டான். காலித் நிலைகொள்ளாமல் அவஸ்தைப் பட்டுக்கொண்டிருந்தான். அவன் தூக்கிப்போடப்பட்டு இப்படியும் அப்படியும் புரண்டுக்கொண்டே இருந்தான். மும்தாஜ் மகனின் உடலைத் தொட்டுப்பார்த்த போது ஜுரம் மிக அதிகமாக இருப்பதை உணர்ந்தான்.

காலையில் குழந்தையின் ஜுரம் 104 டிகிரியைத் தொட்டது.

மருத்துவர் மறுபடியும் வந்தார். அவர் சொன்னது எல்லாம் இவ்வளவுதான்: "இதில் கவலைப்படுவதற்கு ஏதும் இல்லை. இது காசநோய் சம்பந்தப்பட்டது. நான் மருந்து எழுதிக்கொடுக்கிறேன். அவனுக்குச் சீக்கிரத்தில் குணமாகிவிடும்"

மருத்துவர் மருந்துச்சீட்டை எழுதி முடித்த அந்த நொடியில், மருந்துகளை வாங்கிவர அவன் ஓடினான். தன்னுடைய மகனுக்கு முதல் வேளை மருந்தைக் கொடுத்தான். ஆனால் அவனுள் ஏதோ ஒன்று விசித்திரமாக அதிருப்தியை வெளிப்படுத்தியது. மருத்துவ நிபுணரைப் பார்த்துவிடுவது என்று முடிவு செய்தான்.

மருத்துவ நிபுணர் வந்தார். அவர் குழந்தையைப் பரிசோதித்து விட்டு, "இதில் கவலைப்படுவதற்கு ஏதும் இல்லை. குழந்தை சீக்கிரத்தில் குணமாகிவிடுவான்" என்று நம்பிக்கை கொடுத்தார்.

ஆனாலும் காலித்தின் நிலையில் எந்த முன்னேற்றமும் இல்லை. அந்த நிபுணர் கொடுத்த மருந்துகளால் எந்தப் பயனும் இல்லை. காலித்துக்குத் தொடர்ந்து மிக அதிகமாக ஜுரம் இருந்து கொண்டே இருந்தது.

வேலைக்காரன், "காலித் செல்லத்திற்கு ஒன்றுமே இல்லை. ஏதோ திருஷ்டி குழந்தை மீது விழுந்திருக்கிறது. அவனுக்காக மந்திரிக்கப்பட்ட தாயத்து ஒன்று என்னிடம் இருக்கிறது. அல்லாவின் அருளால் அவன் சீக்கிரத்தில் குணமாகி விடுவான்" என்றான் மும்தாஜிடம்.

அந்த மந்திரிக்கப்பட்ட தாயத்தை ஏழு கிணறுகளில் இருந்து கொண்டுவரப்பட்ட தண்ணீரில் கரைத்து, அதை வடிகட்டி காலித்தைக் குடிக்க வைத்தனர். பக்கத்தில் குடியிருந்தவர் வந்து பார்த்து விட்டு யுனானி மருந்தைச் சிபாரிசு செய்தார். மும்தாஜ் அந்த மருந்தையும் வாங்கி வந்தாலும் காலித்துக்குக் கொடுக்க வில்லை. அன்று மாலை உறவினர் ஒருவர் வேறொரு மருத்துவரைத் தன்னோடு அழைத்து வந்தார். அந்த மருத்துவர் காலித்தைப் பரிசோதித்து விட்டு, "இது மலேரியா, இவ்வளவு ஜுரம் இருப்பது சகஜம் தான். நான் அவனுக்கு ஒரு ஊசி போடுகிறேன். அவன் நெற்றியில் ஈரத்துணியை வைத்து எடுங்கள்" என்றார்.

காலித்தின் நெற்றியில் ஈரத்துணி வைத்து எடுக்கப்பட்டது. ஜுரம் உடனடியாகக் குறைந்தது. அவனும் மனைவியும் நிம்மதி பெருமூச்சு விட்டார்கள். ஆனால் அந்த நிம்மதி குறுகிய நேரத்தில் நிலை குலைந்து போனது.

குழந்தையின் ஜுரம் மறுபடியும் கூடியது. மும்தாஜ் குழந்தையின் வாயில் வெப்பமானியை வைத்தான் - 106 டிகிரி இருந்தது.

பக்கத்தில் குடியிருந்தவர், மீண்டும் வந்தார். அவர் குழந்தையைப் பார்த்து அவன் மனைவியிடம் முகவாட்டத்தோடு, "குழந்தையின் கழுத்து தொங்கியிருக்கிறது" என்றார். அவனின் இதயம் முழுகியது. அவன் வீட்டிற்குக் கீழ் இருந்த தொழிற்சாலையில் இருந்து மருத்துவமனைக்குத் தொலைபேசி மூலம் தொடர்பு கொண்டான். ஒரு நிமிடம் கூட தாமதிக்கக் கூடாது என்று அவனிடம் சொல்லப்பட்டது. அவன் டோங்காவை வரவழைத்து, காலித்தைத் தன் மடியில் போட்டுக்கொண்டு, மனைவிக்கு அருகில் அமர்ந்து கொண்டான். டோங்கா மருத்துவமனை நோக்கி நகர்ந்தது.

எவ்வளவு தண்ணீர் குடித்துக்கொண்டிருந்தாலும் அவனின் தாகம் தணிய மறுத்தது. அவர்கள் மருத்துவமனைக்குப் போய்க் கொண்டிருந்த போது அவனின் தொண்டை மிக மோசமாக வறண்டு கிடப்பது போல் உணர்ந்தான். டோங்கா ஓட்டியை ஏதாவது ஒரு கடைக்கு முன்பு நிறுத்தச் சொல்லி, குடிப்பதற்கு ஏதாவது வாங்கிக் கொள்ளலாம் என்று நினைத்தான். ஆனால் திடீரென்று அவனுள் இருந்து ஒரு குரல், "உன் தாகத்தைத் தணித்துக் கொள்ளாதே, மீறினால் காலித் இறந்து போவான்" என்று கத்தியது.

அவன் சிகரெட் பற்ற வைத்து, இரண்டு முறை புகையை இழுத்து, விட்டெறிந்தான். அந்த குரல், "மும்தாஜ் புகை பிடிக்காதே, மீறினால் குழந்தை இறந்து போகும்" என்றது அவனிடம்.

அவன் டோங்கா ஓட்டியிடம் வண்டியை நிறுத்தச் சொல்லி ஒரு நிமிடம் சிந்தித்தான், "எனக்கு என்ன ஆகிவிட்டது. இதெல்லாம் என்னுடைய கற்பனையே தவிர வேறு எதுவும் இல்லை. நான் புகை பிடிப்பது எப்படி என் மகனின் உயிரோடு சம்பந்தப்பட்டிருக்க முடியும்?". அவன் டோங்காவில் இருந்து இறங்கி ஏறக்குறைய முழுவதுமாக இருந்த சிகரெட்டை எடுத்துக்கொண்டு மீண்டும் டோங்காவில் ஏறி அமர்ந்து கொண்டான். அவன் சிகரெட்டை வாயில் வைத்து, ஒரு பெரிய இழுப்பு இழுக்க இருந்த தருணத்தில், கண்ணுக்குப் புலப்படாத ஏதோ ஒரு சக்தி ஒன்று, "வேண்டாம் மும்தாஜ் வேண்டாம் புகை பிடிக்காதே. நீ புகை பிடித்தால் காலித் இறந்து விடுவான்" என்று அவனைத் தடுத்து நிறுத்தியது போல் உணர்ந்தான். அவன் மீண்டும் சிகரெட்டை விட்டெறிந்தான். டோங்கா ஓட்டி அவனை அழுத்தமாக முறைத்தான். டோங்கா ஓட்டி தன்னைக் கவனித்துக்கொண்டிருப்பது போலவும் தன்னைப் பார்த்து நகைப்பது போலவும் மும்தாஜ் உணர்ந்தான். தன் செயலுக்கு விளக்கம் கொடுக்க வேண்டியிருப்பதை நினைத்து, எரிச்சலோடு டோங்கா ஓட்டியிடம், "சிகரெட் அணைந்து விட்டது" என்றான். பிறகு தன் சட்டைப் பையில் இருந்து சிகரெட் பெட்டியை வெளியே எடுத்து மற்றொரு சிகரெட்டை எடுத்தான். ஆனால் அதைப் பற்ற வைக்கும் துணிச்சல் அவனிடம் இல்லை. அவன் மிகவும் கலவரப்பட்டு இருந்தான். அவனின் பிரக்ஞை அவன் முட்டாள்தனமாகச் சிந்திக்கிறான் என்று திரும்பத் திரும்பச் சொன்னது. ஆனால் அந்தக் குரல் மேலும் பலம் கொண்டு மிக உரக்க அவனின் பிரக்ஞையை வென்று எடுத்தது. அவனால் அதற்கு மேல் சிந்திக்க முடியவில்லை. டோங்கா மருத்துவமனை வளாகத்திற்குள் நுழைந்தது. அவன் பிடித்திருந்த சிகரெட்டைக் கசக்கி விட்டெறிந்தான். இத்தனை மனிதர்களுக்கு மத்தியில் அவன் மட்டுமே அவனின் அதீத கற்பனைக்குப் பலியாகிவிட்டான், என்று அவனுக்காக அவன் பரிதாபப்பட்டான்.

காலித் உடனடியாக அனுமதிக்கப்பட்டான். ஒரு மருத்துவர் குழந்தையைப் பரிசோதித்து விட்டு, "பிராங்கியல் நிமோனியா" என்ற முடிவுக்கு வந்தார். "குழந்தை மிக ஆபத்தான நிலையில் இருக்கிறான்" என்றார்.

காலித் நினைவிழந்த நிலையில் இருந்தான். மும்தாஜின் மனைவி கட்டிலுக்கு அருகில் அமர்ந்து கொண்டு தன்னுடைய மகனை வெறித்துப் பார்த்துக் கொண்டிருந்தாள்.

மும்தாஜ் வறண்டுபோய்க் கிடந்தான். வார்டுக்கு அடுத்தாற் போல் இருந்த குளியல் அறைக்குள் நுழைந்து குழாயைத் திறந்தான். அவன் தன் கைகளைக் குவளையாக மாற்றிய போது, "மும்தாஜ் நீ என்ன

செய்து கொண்டிருப்பதாக நினைத்துக்கொண்டு இருக்கிறாய்? நீ தண்ணீர் குடிக்காதே. மீறினால் காலித் இறந்து போவான்" என்றது அந்தக் குரல்.

அவன் அந்தக் குரலைச் சபித்து விட்டு, வயிற்றில் நிரப்ப முடிந்த அளவிற்குத் தண்ணீர் குடித்தான்.

குளியலறையில் இருந்து அவன் வெளியே வந்த போது, அவனின் தாகம் தணிந்து இருந்தது. ஆனால் காலித் இன்னும் அசைவேதும் இல்லாமல் நினைவிழந்து மருத்துவமனையின் இரும்புக் கட்டிலில் படுத்திருப்பதைக் கண்டான். அங்கிருந்து ஓடிப்போய் விட வேண்டும் போல் உணர்ந்தான். சிந்திக்கும் திறன் எல்லாம் அவனை அனாதையாக விட்டு விட்டது போல் உணர்ந்தான். எல்லாமே உண்மைக்குப் புறம்பான தோற்றத்தையே கொடுத்தது. அவன் மகனின் நோயை அவன் எடுத்துக் கொள்ள முடிந்தால் எவ்வளவு நன்றாக இருந்திருக்கும். அவனின் மகன் பார்ப்பதற்கு முன்னைக் காட்டிலும் வலுவிழந்து இருந்தான். "நான் தண்ணீர் குடித்தது தான் காரணமாக இருக்க வேண்டும். ஐயோ! நான் ஏன் இவ்வளவு தண்ணீரைக் குடித்தேன். ஒரு வேளை நான் இவ்வளவு பேராசையுடன் நடந்து கொள்ளாமல் இருந்திருந்தால் இந்நேரம் என் மகனின் நிலையில் முன்னேற்றம் இருந்திருக்கும்". அவன் தன்னையே கடிந்துகொண்டான். பிறகு, திடீரென்று வேறு யாரோதான் இத்தகைய அதீத கற்பனைகளுக்குப் பலியாகிவிட்டது போல் உணர்ந்தான். "அது யாராக இருக்கும் என்று எனக்கு விளங்க வில்லை. அது நானாக இருக்க முடியாது. எனக்குத் தாகமாக இருந்தது. அதனால் கொஞ்சம் தண்ணீர் குடித்தேன். அது எப்படி என் மகனின் உடல் நிலையைப் பாதிக்க முடியும்? காலித் ரொம்ப சீக்கிரத்தில் பழையபடி நல்ல நிலைக்கு வந்துவிடுவான். இன்ஷா அல்லா, அவனின் பிறந்த நாளைத் திட்டமிட்டபடி கொண்டாடிக் கொள்ளலாம்".

ஆனால் அவன் இத்தகைய சிந்தனைகளை வடிவமைத்துக் கொண்டிருக்கும் போதே அவனின் இதயம் சுருங்கியது. எதற்கும் விட்டுக் கொடுக்காத அந்தக் குரல், "ஒரு வயதைப் பூர்த்தி செய்யும் வரை காலித் உயிரோடு இருக்க மாட்டான்" என்றது. அவனுக்கு அந்தக் குரலின் கழுத்தை நெரித்து அதை நிரந்தரமாக அமைதியாக்கிவிட வேண்டும் என்பது போல் உணர்ந்தான்.

பிறகுதான் அவனுக்குத் தோன்றியது அந்தக் குரல் அவன் கற்பனையின் ஒரு பகுதிதானே தவிர வேறு ஏதும் இல்லை. "ஐயோ கடவுளே! அது ஏன் என்னை இவ்வளவு இம்சைப் படுத்துகிறது" அவனால் இதற்கு மேலும் தாங்கிக் கொள்ள முடியாது என்ற முடிவுக்கு வந்து, அந்தக் குரலிடம் மன்றாடினான். "என் மீது இரக்கம்

கொள். என்னைத் தனியே விட்டுவிடு. ஏன் என்னை இவ்வளவு இம்சைப்படுத்துகிறாய்?"

மாலை வந்தது. பல மருத்துவர்கள் காலித்தைப் பார்த்தார்கள். சிறு சிறு இடைவெளி விட்டு மருந்தும் ஊசியும் கொடுக்கப்பட்டது. ஆனாலும் காலித் தன் நினைவைத் திரும்பப் பெறவில்லை.

சற்றும் எதிர்பாராத விதமாய் அந்தக் குரல், "மருத்துவமனையை விட்டு உடனடியாக வெளியேறு. இல்லையென்றால் காலித் இறந்து விடுவான்" என்றது.

அவன் வார்டை விட்டு வெளியே ஓடினான். மருத்துவமனையை விட்டு வெளியே ஓடினான். அந்தக் குரலின் கட்டளைகளைக் கண்மூ டித்தனமாகச் செயல்படுத்துவதை மட்டும்தான் அவனால் செய்ய முடிந்தது. அவன் அதன் அடிமையானான்.

அந்தக் குரல் அவனை ஒரு மதுக்கடைக்குள் நுழையும்படி கட்டளையிட்டது. குடிக்க ஏதேனும் கொண்டுவரவேண்டும் என்று சொல்லச் சொன்னது. குடிப்பதற்குக் கொண்டுவந்து வைக்கப்பட்ட போது, அந்தக் குரல் அதை விட்டெறியுமாறு உத்தரவிட்டது. அவன் அதை விட்டெறிந்தான். பிறகு அந்தக் குரல் மற்றொரு முறை குடிப்பதற்குக் கொண்டுவருமாறு சொல்ல உத்தரவிட்டது. மற்றொருமுறை குடிப்பதற்கு கொண்டுவருமாறு சொல்லி அதையும் விட்டெறிந்தான். மதுவுக்கும், உடைந்த கண்ணாடி குவளை களுக்கும் பணம் கொடுத்துவிட்டு மதுக்கடையை விட்டு வெளியேறினான். அவனின் மண்டைக்குள் அந்த குரல் வீரிட்ட போதெல்லாம் அவனைச் சுற்றிலும் இருந்த வெளியின் அமைதியால் சூழ்ந்துகொள்ளப்பட்டான்.

அவன் திரும்ப மருத்துவமனையை நோக்கி நடந்தான்.

மகன் இருந்த வார்டை நோக்கி அவன் நகர்ந்த போது அந்தக் குரல், "அங்கு போகாதே, போனால் உன் காலித் இறந்து விடுவான்" என்று கட்டளையிட்டது.

அவன் ஒரு பூங்காவில் நின்று, அங்கிருந்த நீளமான இருக்கையில் படுத்துக் கொண்டான்.

அப்போது பத்து மணி. திறந்த வெளி கறுத்துக் கிடந்தது. காற்று அமைதியாக இருந்தது. எங்கோ தொலைவில் எப்போதாவது ஒரு காரின் ஹாரன் சத்தம் அந்த அமைதியைக் கிழித்துச் சென்றது. மருத்துவமனைக் கட்டிடத்தின் முகப்பில் இருந்த கடிகாரம் அவனுக்கு எதிரே பிரகாசமாக இருந்தது.

அவனால் காலித் பற்றி மட்டுமே சிந்திக்க முடிந்தது. "அவன் பிழைத்துக் கொள்வானா? இப்படி உன்னிடம் இருந்து பிடுங்கிக் கொண்டு போவதாக இருந்தால் ஏன் குழந்தை பெற்றுக் கொள்ள வேண்டும்? இந்த அற்ப ஆயுள் கொண்டிருப்பதில் என்ன பிரயோசனம் இருக்கிறது? எனக்குக் கண்டிப்பாகத் தெரியும் காலித்..."

அவன் மண்டைக்குள் அந்தக் குரல் வீரிட்டது. அவன் இருக்கையில் இருந்து எழுந்து நமஸ்காரம் செய்வது போல் தரையில் படுத்துக் கொண்டான். அந்தக் குரல், "உன் மகன் குணமாகும் வரை எழுந்து கொள்ளாதே" என்றது.

அவன் அப்படியே கிடந்தான். அந்தக் குரல் அவனுக்குச் சாதகமாக ஏதேனும் செய்யும் என்று நம்பினான். ஆனால் அந்தக் குரல் மிகக் கண்டிப்பான தொனியில் ஏதும் கேட்கக் கூடாது என்று சொன்னது. அவன் கண்களில் இருந்து கண்ணீர் வழிந்தது. அவன் கேட்டுக்கொண்ட சலுகை அவனுக்கானது அல்ல, அவனின் மகனுக்காகத்தான். "ஐயோ கடவுளே! இந்தக் குரலிடம் இருந்து என்னைக் காப்பாற்று. கண்டிப்பாகத் தேவை என்றால் என் மகனின் உயிரை எடுத்துக் கொள். ஆனால் தயவு செய்து என்னை இம்சைப்படுத்துவதை நிறுத்து".

புல் வெளியில் சற்றுத் தள்ளி சில பேச்சுக் குரல்கள் மிதப்பதைக் கேட்டான். மறுபக்கத்தில் இரண்டு மருத்துவர்கள் சிமெண்ட் இருக்கையில் உட்கார்ந்து கொண்டு ஏதோ ஒரு நோயாளியைப் பற்றிப் பேசிக்கொண்டிருந்தார்கள்.

"எவ்வளவு அழகான குழந்தை"

"தாயால் இதைக் கொஞ்சமும் ஏற்றுக் கொள்ளமுடியவில்லை. பாவப்பட்ட பெண்."

"ஆமாம். எந்த ஒரு மருத்துவரைப் பார்த்தாலும் மகனின் உயிரைக் கொடுங்கள் என்று கெஞ்சத் தொடங்குகிறார்"

"நம்மால் முடிந்ததை நாம் செய்து விட்டோம்".

"கடவுளிடம் பிரார்த்தனை செய்யுமாறு சொல்லி இருந்தேன்".

பிறகு ஒரு மருத்துவர் அவன் இருந்த பக்கம் திரும்பிப் பார்த்தார். அவன் அப்போதும் தரையில் குப்புறப் படுத்துக் கிடந்தான்.

டாக்டர்கள் தன்னை அழைப்பதை அவன் கேட்டான். "ஏய் அங்க யாரு?... இங்க வா"

அவன் எழுந்து அவர்கள் இருந்த பக்கம் நகர்ந்தான்.

அவன் யார் என்று ஒரு மருத்துவர் கேட்டார்.

வறண்டு போன உதடுகளை நாக்கால் ஈரப்படுத்திக்கொண்டு, "நான் ஒரு நோயாளி" என்றான்.

அந்த மருத்துவர் கண்டிப்பான குரலில், "நீ நோயாளி என்றால் படுக்கையில்தானே இருக்க வேண்டும். இந்தத் திறந்தவெளியில் என்ன செய்து கொண்டிருப்பதாக நினைத்துக் கொண்டிருக்கிறாய்?" என்று கேட்டார்.

"டாக்டர், என் மகன் அங்கு உள்ள வார்டில் அனுமதிக்கப் பட்டுள்ளான்"

"அது உன் மகனா?"

"ஆமாம். நீங்கள் அவனைப் பற்றி பேசிக்கொண்டு இருந்தீர்கள். இல்லையா? அவனின் பெயர் காலித்"

"அந்தக் குழந்தையின் தகப்பன் நீ தானா"

துயரத்தோடு தலையை ஆட்டி, "ஆமாம் டாக்டர். நான் தான் அந்தக் குழந்தையின் தகப்பன்" என்றான்.

"பிறகு இங்கு என்ன செய்து கொண்டிருக்கிறாய்? உடனடியாக வார்டுக்குப் போ. உன் மனைவி மிகவும் கவலைப்பட்டுக் கொண்டிருக்கிறாள்"

"சரி டாக்டர்"

அவன் வேகமாக வார்டை நோக்கி ஓடினான். அவன் இரண்டு படி ஏறியிருப்பான், வராண்டாவில் கன்னங்களில் கண்ணீர் வழிந்து கொண்டிருக்க வேலைக்காரன் நின்று கொண்டிருப்பதைப் பார்த்தான்.

வேலைக்காரன் அவன் மேலே வருவதைப் பார்த்தவுடன், "சாகிப், காலித் நம்மை விட்டு போய்விட்டான்" என்றான்.

அவன் வார்டுக்குள் நுழைந்தான். அவனின் மனைவி தரையில் நினைவிழந்து கிடந்தாள். ஒரு மருத்துவரும் தாதியும் அவளுக்கு நினைவு திரும்ப முயற்சித்துக் கொண்டிருந்தார்கள்.

அவன் காலித் கிடந்த கட்டிலுக்கு அருகில் வந்து நின்றான். காலித் அங்கு படுத்துக்கிடந்தான். கண்கள் மூடியிருக்க அவனின் முகத்தில் இறந்தவர்களிடம் காணப்படும் நிச்சலனமான அமைதி பிரகாசித்துக் கொண்டிருந்தது.

அவன் இறந்து கிடந்த குழந்தையின் பட்டுப்போன்ற தலை முடியைத் தன் விரல்களால் கோதி விட்டு, இதயத்தைச் சுக்குநூறாக்கும் குரலில், "காலித் செல்லம், உனக்கு இனிப்புகள் ஏதும் வேண்டாமா?" என்று கேட்டான்.

காலித்தின் உயிரற்ற உடல் எந்த எதிர்வினையும் காட்ட மறுத்தது.

பிறகு அவன் தன் மகனிடம், "காலித் தயவு செய்து இந்தக் குரலை அழைத்துப் போவாயா" என்று கெஞ்சினான்.

காலித் தன் தலையை அசைத்து, சரி என்று சொன்னதைக் கேட்டதாக அவன் சத்தியம் செய்தான்.

◉

அவமானம்

முழுமையாக அசதியுற்ற அவள் கட்டிலில் படுத்த உடனே உறங்கத் தொடங்கி விட்டாள். முனிசிபாலிட்டியின் சுகாதார இன்ஸ்பெக்டர் - அவளால் சேட் என்று அழைக்கப்பட்டவன், அவளின் உடலை மணிக்கணக்காகச் சூறையாடி விட்டு, குடிபோதையில் அப்போதுதான் வீட்டிற்குக் கிளம்பிச் சென்றான். அவன் இரவு முழுக்க அவளோடு தங்கி இருக்கவே விருப்பம் கொண்டாலும், அவன் மீது அன்பு கொண்ட மனைவி அவனுக்காக வீட்டில் காத்திருப்பதால் கிளம்பிச்சென்றான்.

உடல் ரீதியான சித்திரவதைகளுக்காக அவள் பெற்ற பணம், அவளின் இரவிக்கைக்குள், சுகாதார இன்ஸ்பெக்டரின் எச்சிலோடு கலந்து துருத்திக் கொண்டிருந்தது. சில சமயங்களில் அவள் பெருமூச்சு விடும் போது, நாணயங்கள் ஒன்றோடு ஒன்று உரசி எழுப்பிய சத்தம், அவளின் ஒழுங்கற்ற இதயத்துடிப்பு சத்தத்தோடு கலந்தது. அந்த நாணயங்கள் உருகி, அவளின் இதயத்தின் ரத்தத்தோடு கலந்து விட்டது போல, அவள் இதயத்தில் அசாத்திய எரிச்சலைக் கொண்டிருந்தாள். அதற்குப் பாதி காரணம் சுகாதார இன்ஸ்பெக்டர் கொண்டு வந்திருந்த அரை பாட்டில் பிராந்தி. சோடா தீர்ந்து விட்டதால் உள்ளூர் சாராயத்தை, தண்ணீர் கலந்து குடித்தது மிச்சக் காரணம்.

பெரிய தேக்குக் கட்டிலில் கவிழ்ந்து படுத்துக்கிடந்தாள். தோள் பட்டை வரை நிர்வாணமாய் இருந்த அவளின் கைகள், பனியில் நனைந்த காற்றாடியிலிருந்து பிரிந்து வந்த பிரம்பு போல் இருந்தது. அவளின் இடது அக்குளில் கட்டியான சதை பிதுங்கிக் கிடந்தது. அடிக்கடி அங்குச் சவரம் செய்யப்பட்டதால் அது நீல நிறத்திற்கு மாறியிருந்தது. பார்ப்பதற்கு கோழிக்குஞ்சின் தோலை உரித்தெடுத்து அங்கு ஒட்டவைத்ததுபோல் இருந்தது.

அது மிகச்சிறிய அறை. பல பொருட்கள் அறை எங்கும் தாறுமாறாய் இரைந்து கிடந்தன. கட்டிலுக்கு அடியில் மூன்று நான்கு உலர்ந்து போன பழைய செருப்புகள் கிடந்தன. அதில் தன் தலையை வைத்து சொறிப்பிடித்த - கலப்பின நாய் ஒன்று படுத்து உறங்கிக் கொண்டு இருந்தது. அது உறங்கும் போது கண்ணுக்குப் புலப்படாத ஏதோ ஒன்றைப் பார்த்துக் கொண்டிருப்பது போல் தோன்றும்.

சொறி சிரங்கு வந்ததால், பல இடங்களில் அது தன் முடியை இழந்து, பார்ப்பதற்கு மடிக்கப்பட்ட தடித்த மிதியடி போன்ற தோற்றத்தைக் கொடுத்தது.

ஒரு பக்கத்திலிருந்த சிறிய அலமாரியில், அழகு சாதனங்கள் - கன்னங்களைச் சிவப்பாக்கிக் காட்டும் கிரீம், உதட்டுச்சாயம், பவுடர், சீப்பு, கொண்டை போட்டுக்கொள்ளுவதற்கான பின்கள் கிடந்தன. ஒரு கொம்பில் கட்டப்பட்டு தொங்கிக் கொண்டு இருந்த கூண்டில் ஒரு பச்சைக்கிளி தன் இறக்கைகளில் தலையை மறைத்து வைத்து உறங்கிக்கொண்டிருந்தது. கூண்டிற்குள் அழுகிய சாத்துக்குடி தோலும், கொய்யாப்பழமும் சிதறிக்கிடந்தன. நாற்றமடித்துக்கொண்டிருந்த இவற்றின் மேல் கொசுக்களும், விட்டில் பூச்சிகளும் சுற்றிக்கொண்டு இருந்தன. கட்டிலுக்கு அருகில் ஒரு பிரம்பு நாற்காலி கிடந்தது. உபயோகப்படுத்தப்பட்டதால் தலைவைக்கும் இடத்தில் மோசமாக அழுக்கேறிக் கிடந்தது. நாற்காலிக்கு வலது பக்கத்தில், அழகான சிறிய மேசையில் சுலபமாகத் தூக்கிச் செல்லக்கூடிய 'ஹிஸ் மாஸ்டர்ஸ் வாய்ஸ்' இசைத்தட்டுப் பெட்டி கிடந்தது. அதனை மூடியிருந்த கருப்புத் துணி படு மோசமான நிலையில் இருந்தது. துருப்பிடித்த அதன் ஊசிகள், அந்த சிறிய மேசையில் மட்டுமல்லாமல் அறை எங்கும் சிதறிக் கிடந்தன. மேசைக்கு மேல் நான்கு வெவ்வேறு மனிதர்களின் புகைப்படங்கள் சட்டம் போடப்பட்டு தொங்கிக்கொண்டு இருந்தன. அந்த புகைப்படங்களுக்குச் சற்றுத் தள்ளி, வாயிற்படி அருகில் இடது பக்கத்தில் அடர்த்தியான வண்ணங்களில் 'கணேஷ்ஜி'யின் படம் தொங்கிக்கொண்டிருந்தது. அதன் மேல் பூ வைக்கப்பட்டு இருந்தது. சில வாடியவை, சில புதியவை. (இந்தப் படம் துணிச்சுருளைச் சுற்றி இருந்ததிலிருந்து எடுக்கப்பட்டு சட்டம் போடப்பட்டிருக்க வேண்டும்). படத்திற்கு அருகில் எண்ணெய் வழிந்து கொண்டிருந்த சிறிய அலமாரியில் ஓர் எண்ணெய்க் கிண்ணமும், அதன் அருகில் ஓர் எண்ணெய் விளக்கும் இருந்தன. அதன் திரி, சாதி அடையாளத்தை நெற்றியில் போட்டுக்கொள்வது போல், காற்று இல்லாததால், நேராக நின்று கொண்டிருந்தது. அந்தச் சிறிய அலமாரியில் பெரிதும் சிறிதுமாக உடைந்துபோன ஊதுபத்திகளும் கிடந்தன.

ஒவ்வொரு நாளும் முதல் வருமானம் கிடைத்தவுடன், அதை 'கணேஷ்ஜி'யின் படத்திற்குத் தொலைவிலிருந்தே காணிக்கையாய் வைத்து தன் நெற்றியில் ஒற்றிக்கொள்வாள். பிறகு அது அவளின் இரவிக்கைக்குள் சென்றுவிடும். அவளுக்கு பெரிய மார்பகங்கள் இருந்ததால், இரவிக்கைக்குள் எவ்வளவு பணம் போட்டாலும் அது பத்திரமாய் இருந்தது. இருந்தாலும் பல சமயங்களில் மாது விடுமுறையில் புனேவில் இருந்து வந்தால், கொஞ்சம் பணத்தை மறைத்து வைக்க வேண்டி, கட்டிலின் கால் ஒன்றிற்கு அடியில்

இதற்காகவே சிறிய பள்ளம் தோண்டி, அதில் பணத்தை மறைத்து வைத்தாள். மாதுவிடமிருந்து பணத்தைப் பாதுகாக்க, சுகந்திக்கு இதைக் கற்றுக்கொடுத்தது அவளின் தரகர் ராம்லால். மாது புனேவில் இருந்து வந்து அவளின் பணத்தை எல்லாம் எடுத்துப் போகிறான் என்று கேள்விப்பட்டபோது, அவளிடம் “எப்போதிலிருந்து அந்தத் தேவடியாமவன் உன் காதலனாக மாறினான். இது விசித்திரமான காதல் விவகாரம். தன் பையிலிருந்து சல்லிக்காசு செலவு செய்யாததோடு, உன்னோடு சந்தோஷமாகவும் இருந்து விட்டுப் போகிறான். இத்தோடு நிற்காமல் உன்னிடமிருந்து பணத்தையும் எடுத்துப் போகிறான். நான் இந்தத் தொழிலில் ஏழு வருஷங்களாக இருக்கிறேன். உன்னைப் போன்ற பெண்களின் பலவீனங்களை நான் முழுமையாக அறிவேன்” என்றான் ராம்லால். பிறகு, பம்பாயில் பத்து ரூபாயிலிருந்து நூறு ரூபாய் வரை பெண்களை ஏற்பாடு செய்து கொடுக்கும் ராம்லால், “என் பேச்சைக் கேள். முட்டாள் போல், பணத்தை எல்லாம் விரயம் ஆக்காதே. தாயோளி மகன் ஒரு நாள் நீ உடுத்தியிருக்கும் துணியைக் கூட எடுத்துச்சென்று விடுவான். கட்டிலின் காலுக்கடியில் ஒரு சின்ன பள்ளம் தோண்டி அதில் உன் பணத்தை வைத்துக்கொள். அவன் வந்தால், ‘மாது, சத்தியமாக இன்று காலையில் இருந்து சல்லிக் காசைக் கூடப் பார்க்கவில்லை. சாப்பாட்டிற்குக் கூட கஷ்டப்பட்டுக்கொண்டிருக்கிறேன், இரானி டீக்கடையிலிருந்து டீயும் பிஸ்கட்டும் வாங்கித்தா’ என்று சொல் ! ... புரிகிறதா? இப்ப எல்லாம் காலம் மோசமாக இருக்கும்மா. பாழாய்ப் போன இந்தக் காங்கிரஸ் மதுவிலக்குச் சட்டத்தைக் கொண்டு வந்து, நம் பிழைப்பைக் கெடுத்து விட்டது. உனக்கு ஒருவன் இல்லை என்றால் இன்னொருவன் என்று குடிக்க ஏதாவது கிடைக்கிறது. கடவுள் மீது சத்தியமாகச் சொல்கிறேன் உன் வீட்டில் காலி புட்டிகளைப் பார்க்கும் போதும், சாராயத்தின் வாசனையை நுகரும் போதும், நானும் உன்னைப்போல் வேசியாய் இருந்தால் நன்றாக இருக்கும் என்று நினைப்பதுண்டு” என்றான்.

தன்னுடைய உடம்பில் மார்பகங்களைத்தான் சுகந்திக்கு மிகவும் பிடித்திருந்தது. ஒரு முறை ஜமுனா அவளிடம், “இந்த உருண்டையான ஆப்பிளை அடியிலிருந்து முட்டுக் கொடுத்துக் கட்டிக்கொள். நீ பிரா அணிந்தால் அது நேராக நிற்க உதவும்” என்றாள். சுகந்தி சிரித்தாள். “ஜமுனா, நீ எல்லோரையும் உன்னைப்போலவே என்று நினைத்துக்கொள்கிறாய். பத்து ரூபாய்க்காக அவர்கள் உன் சதையையெல்லாம் ஈவு இரக்கம் இன்றிப் பிடுங்கி எடுக்க அனுமதிக்கிறாய். அது போலவே மற்றவர்களுக்கும் நடக்கிறது என்று நினைத்துக்கொள்கிறாய்... எவனாவது என்னிடம் புத்திசாலியாய் நடந்து கொள்ளப் பார்க்கட்டும்... நேற்று என்ன நடந்தது என்று உன்னிடம் சொல்ல வேண்டும்... இரவு இரண்டு மணிக்கு ராம்லால்,

ஒரு பஞ்சாபியை அழைத்து வந்தான். அவன் கட்டிலுக்கு வந்தவுடன் நான் விளக்கை அணைத்தேன்... நீ அவனைப் பார்த்திருக்க வேண்டுமே... அவன் பயந்த பயம்... என்னை நம்பு. அறை முழுக்க இருட்டானவுடன், அவனுடைய பந்தாவெல்லாம் காணாமல் போனது... நான் சொன்னேன்: 'ஏன் எதுவும் செய்யமாட்டேன் என்கிறாய். இப்போது மணி மூன்றை நெருங்கிக்கொண்டிருக்கிறது. சீக்கிரத்தில் விடிந்துவிடும். சீக்கிரம்..' அவன் சொன்னான்: 'விளக்கு... விளக்கு...' அவன் மிரண்டுப் போனதைப் பார்த்து, என்னால் சிரிப்பை அடக்க முடியவில்லை. நான் சொன்னேன்: 'நான் விளக்கைப் போடப்போவது இல்லை ...' அப்புறம் அவனின் சதைப்பிடித்த தொடையைக் கிள்ளினேன். அவன் வலியால் குதித்தெழுந்து விளக்கைப் போட்டான். நான் உடனடியாக ஒரு துணியை எடுத்து என்னைச் சுற்றிக்கொண்டு கத்தினேன்: 'பொறுக்கி, நீ செய்வது உனக்கே அசிங்கமாக இல்லை' அவன் கட்டிலுக்கு வந்தான். நான் பாய்ந்தெழுந்து மறுபடியும் விளக்கை அணைத்தேன். அவன் மறுபடியும் பயம் கொள்ளத் தொடங்கினான்... சத்தியமாகச் சொல்கிறேன், இரவு முழுக்க இப்படிச் சௌகரியமாகக் கழிந்தது... ஒரு கணம் விளக்கு எரிந்தது... ஒரு கணம் இருண்டுக் கிடந்தது... ஒரு கணம் இருண்டுக் கிடந்தது... ஒரு கணம் விளக்கு எரிந்தது... டிராம் வண்டியின் போக்குவரத்துத் தொடங்கியவுடன் அவன் தன் டிரௌசரை அணிந்து கொண்டு வெளியேறினான். அந்தத் தேவடியாமகன் முப்பது ரூபாயைச் சூதாட்டத்தில் சம்பாதித்திருக்கணும், இல்லை என்றால் இந்த இழப்பை அவ்வளவு சுலபத்தில் ஏற்றுக்கொண்டிருக்க மாட்டான்... ஜமுனா நீ முட்டாள்... இது போன்ற மனிதர்களைக் கையாளுவதற்கு நான் நிறைய தந்திரங்களை வைத்திருக்கிறேன்."

சுகந்திக்குப் பல தந்திரங்கள் தெரியும் தான். அவளின் தோழிகள் ஒரு சிலருக்கு அதைச் சொல்லியும் இருக்கிறாள். உண்மையில், எல்லோரிடமும் அவள் அந்தத் தந்திரங்களைச் சொல்லியிருக்கிறாள்... 'நிறைய பேசாத மதிப்பிற்குரிய கனவான் வந்தால், அவனிடம் குறும்பாக நடந்து கொள், நிறுத்தாமல் பேசிக்கொண்டே இரு, அவனைக் கோபப்படுத்து; சீண்டிவிடு; அவனோடு விளையாடு... வந்தவனுக்குத் தாடியிருந்தால், உன் விரல்களை அதன் ஊடாகச் செலுத்தி ஓரிரு முடியைப் பிடுங்கிவிடு... பெரிய தொந்தியோடு ஒருத்தன் வந்தால் அதில் தாளம் தட்டு... அவன் எதையும் தொடங்குவதற்குச் சந்தர்ப்பமே கொடுக்காதே... அவன் சந்தோசமாய்ப் போய்விடுவான், நீயும் தப்பித்துக்கொள்வாய்... அமைதியான சுபாவம் கொண்டவன்தான் ரொம்பவும் ஆபத்தானவன்... சந்தர்ப்பம் கிடைத்தால் உன் எலும்புகளை உடைத்துவிடுவான்.'

சுகந்தி தன்னை வெளிப்படுத்திக் கொண்டது போல,

அவ்வளவு ஒன்றும் புத்திசாலி இல்லை. அவள் குறைவான வாடிக்கையாளர்களைத் தான் கொண்டிருந்தாள். அத்தோடு சுலபத்தில் உணர்ச்சிவசப்படக்கூடிய பெண். அதனாலேயே அவளுக்குத் தெரிந்த தந்திரங்கள் எல்லாம், அவளின் மண்டையிலிருந்து வயிற்றுக்கு இறங்கி வந்து, குழந்தையாய்ப் பெற்றெடுக்கப்பட்ட பின், வயிற்றில் பல கோடுகளைக் கொடுத்தன. இதை முதலில் அவள் பார்த்த போது, அவளின் வெறி பிடித்த நாய் அதனுடைய நகங்களால் உருவாக்கியது என்று நினைத்தாள். யாரேனும் அந்த நாயைக் கண்டு கொள்ளாமல் கடந்து சென்றால், அது, தான் அவமானப் படுத்தப்பட்டதை மறைத்துக்கொள்ள, தரையில் பிறாண்டத் தொடங்கும்.

சுகந்தியின் தனித்தன்மையில் அவளின் உணர்வுகளே பிரதானமாக ஆக்கிரமித்தது. எவனாவது ஒருவன் இனிமையாகப் பேசினால் போதும் அவள் உருகிவிடுவாள். அவளின் மூளை மட்டும், ஓர் ஆணுக்கும் பெண்ணுக்கும் இடையே ஆன உடல் ரீதியான உறவு என்பது மேம்போக்கானது என்று கருதியது. ஆனால் அவள் உடலின் மற்ற பகுதிகள் அதற்காக ஏங்கியது. அவளின் கை, கால்கள் அசதியுறவேண்டும் என்றது - அந்த அசதி அவள் மீது தூக்கத்தைத் திணிக்க வேண்டும், ஆழமான தூக்கம், சந்தோஷத்தைக் கொடுக்கும் தூக்கம், உணர்வுகளை மறக்கடிக்க வைக்கும் தூக்கம், ஓரிடத்தில் இருப்பது போன்ற உணர்வையும், இல்லாதது போன்ற உணர்வையும் கொடுக்கக் கூடிய தூக்கம். இத்தகைய உணர்வில் தான் - இருப்பது போன்ற உணர்வும், இல்லாதது போன்ற உணர்வும், வான்வெளியில் மிதந்து கொண்டிருப்பது போலவும், சுற்றிலும் காற்று மட்டுமே சூழ்ந்திருப்பது போலவும் தோன்றும். அத்தகையச் சூழ்நிலையில் கழுத்து நெரிக்கப்படுவது கூட இன்பத்தை தரும்.

அவள் குழந்தையாய் இருந்த போது, கண்ணாமூச்சி விளையாட்டில், அம்மாவின் பெரிய பெட்டிக்குள் ஒளிந்து கொள்வாள். விளையாட்டில் மாட்டிக்கொள்வோம் என்ற பயமும், பெட்டிக்குள் போதுமான காற்று இல்லாததால் மூச்சு அடைத்துக் கொள்ளும் என்ற பயமும் இணைந்து அவளின் இதயத்தை வேகமாக அடித்துக்கொள்ள வைக்கும். ஆனாலும் அந்த உணர்வு எவ்வளவு சந்தோசமானது.

சுகந்தி தன் வாழ்நாள் முழுக்க ஒரு பெட்டிக்குள்ளேயே காலம் கடத்த விரும்பினாள். அவளைக் கண்டுபிடிக்க முயற்சிப்பவர்கள், திரும்பத் திரும்ப சுற்றி அவளைத் தேடிக்கொண்டே இருக்க வேண்டும். சில சமயங்களில் இவள் கண்டுபிடிக்கப்படுவாள். அவர்களைத் தேடி இவள் சுற்றிச் சுற்றி வருவதற்கு வாய்ப்பு ஏற்படுத்திக் கொள்வாள். கடந்த ஐந்து வருடங்களாக, அவள் வாழ்ந்துகொண்டிருக்கும் வாழ்க்கை கண்ணாமூச்சி விளையாட்டைத் தவிர வேறெதுவும்

இல்லை. சில சமயங்களில், இவள் எவரையோ கண்டுபிடித்தாள். சில சமயங்களில் எவரோ இவளைக் கண்டுபிடித்தார்கள். இப்படியே நாட்கள் நகர்ந்தன. அவள் சந்தோஷமாக இருந்தாள் - சந்தோஷமாக இருக்க வேண்டும் என்பதால். ஒவ்வோர் இரவும் இவன் அல்லது அவன் என்று எவனோ ஒருவன் அவளின் பெரிய தேக்குக் கட்டிலில் அவளோடு படுத்திருந்தான். ஆண்களைக் கையாளுவதில் பல தந்திரங்கள் தெரியும் என்று அவள் பெருமைப்பட்டுக்கொள்வதை மீறியும், ஆண்களால் மோசமாக நடத்தப்பட்டதை அனுமதிக்க மறுக்கும் அவள் தீர்மானத்தை மீறியும், அவர்களை வியாபார ரீதியாகக் கையாளத் தெரியும் என்ற எண்ணத்தை மீறியும் அவள் எப்போதும் உணர்வுகளால் பலவீனப்படுத்தப்பட்டு, கவனிப்புக்காக ஏங்கும் பெண்ணாக மாறிவிடுவாள். ஒவ்வோர் இரவும் அவளின் பழைய மற்றும் புது வாடிக்கையாளர்கள் அவளிடம் சொல்லுவதுண்டு: 'சுகந்தி நான் உன்னைக் காதலிக்கிறேன்'. அவர்கள் பொய் சொல்கிறார்கள் என்று அவளுக்குத் தெரியும். இருந்தாலும் அவள் உருகிப்போய் அந்த மனிதன் உண்மையிலேயே தன்மீது காதல் கொண்டிருப்பதாக நினைத்துக் கொள்வாள். காதல்... எவ்வளவு அழகான சொல்... அதை உருக்கி, அதனை உடல் முழுக்கப் பூசிக்கொள்ள வேண்டும் என்றும், அது அவளின் உடலில் உள்ள ஒவ்வொரு தசை துவாரத்திலும் நுழைய வேண்டும் என்றும் நினைத்தாள். அல்லது அதனுள் குதித்து, தன்னை முழுமையாய் மூழ்கடித்துக்கொண்டு மூடியை மூடிவிட நினைத்தாள். சில சமயங்களில் இந்தக் காதல் கொள்ளும் உணர்வோ, அல்லது காதலிக்கப்படும் உணர்வோ தீவிரமடையும்போது, அந்த மனிதனை அள்ளி எடுத்துத் தன் மடியில் படுக்க வைத்து, தட்டிக்கொடுத்து, தாலாட்டுப்பாடி உறங்க வைக்க விரும்பினாள்...

அவளிடம் வரும் எந்த ஆணையும் காதல் கொள்ளும் அளவுக்கு, அவளிடம் அந்த உணர்வு அத்தனை தீவிரத்தோடு ஆக்கிரமித்திருந்தது. அந்தக் காதலை அவள் தக்கவைத்துக் கொள்வாள். எதிரே சுவரில் தொங்கிக்கொண்டிருக்கும் அந்த நான்கு ஆண்களின் புகைப்படங்கள், அந்த உணர்வை, அவள் தக்கவைத்துக் கொண்டிருப்பதால் தான்.

அவள் நல்லவள் என்ற உணர்வு அவளின் இதயத்தில் எப்போதும் நிலைத்து நின்றது. ஆனால் ஆண்கள் ஏன் நல்லவர்களாக இல்லை? இதற்கு அவளால் எப்போதும் விடை கண்டுபிடிக்க முடியவில்லை. ஒரு முறை கண்ணாடியில் அவள் தன்னைப் பார்த்துக்கொண்டிருந்த போது. திடீரென்று இப்படிச் சொன்னாள்: "சுகந்தி... இந்த உலகம் உன்னை நல்லமுறையில் நடத்தவில்லை"

இந்த ஐந்து வருடக்காலம் - பகலும், இரவும் நிறைந்த இந்த ஐந்து வருடக்காலம், அவளின் வாழ்க்கையிலிருந்து பிரிக்கமுடியாதது.

இந்தக் காலங்கள் அவள் ஏங்கிய சந்தோஷத்தைக் கொடுக்கவில்லை என்றாலும், இப்போது இருப்பது போலவே, மிச்ச வாழ்க்கையும் போக வேண்டும் என்று விரும்பினாள். 'நான் மாளிகை ஏதும் கட்ட வேண்டாம். பணத்தின் பின்னால் போவதற்கு' என்று அவளுக்குள் சொல்லிக்கொள்வாள். அவளுக்கான விலை பத்து ரூபாய். அதில் இரண்டரை ரூபாய் தரகர் ராம்லாலுக்கு அவனின் பங்காய்ச் சென்றுவிடும். மிச்சமிருக்கும் ஏழரை ரூபாய் அவளின் தேவைகளுக்குப் போதுமானதாய் இருந்தது. அவள் ஒண்டிக் கட்டைதானே. மாது புனேயில் இருந்து வந்தால் - ராம்லால் வார்த்தைகளில் சொல்வதென்றால், அவள் மீது படையெடுத்து வந்தால், அவனுக்காகப் பத்துப் பதினைந்து ரூபாய் செலவு செய்தாள். இந்தப் பணத்தை அவள் செலவு செய்யக் காரணம், அவனிடம் இருந்த ஏதோ ஒன்று அவளைச் சுற்றி வளைத்துக் கிடந்தது. அதையேன் மறைக்க வேண்டும்? அதை ஏன் அனுபவிக்கக் கூடாது?... சுகந்தி மாதுவை முதல் முறையாகச் சந்தித்தபோது, “இதுபோல பேரம் பேசுவதற்கு உனக்கு அவமானமாக இல்லையா? என்னிடம் நீ எதற்கு பேரம் பேசுகிறாய் என்று உனக்குத் தெரியுமா? நான் ஏன் உன்னிடம் வந்தேன்? கேவலம்... பத்து ரூபாய், அதுவும் அதில் இரண்டரை ரூபாய் நீ சொல்வது போல தரகருக்குப் போகிறது. மிச்சமிருப்பது ஏழரை ரூபாய். அந்த ஏழரை ரூபாய்க்கு உன்னால் கொடுக்க முடியாத ஒன்றைக் கொடுக்கிறேன் என்று உறுதியாய்ச் சொல்கிறாய். என்னால் எடுத்துக்கொள்ள முடியாத ஒன்றை எடுத்துக்கொள்ள நான் வந்திருக்கிறேன். எனக்கு இப்போது ஒரு பெண் தேவைப்படுகிறாள், ஆனால் உனக்கு இப்போது ஒரு ஆண் தேவைப்படுகிறானா? எனக்கு எந்தப் பெண்ணாக இருந்தாலும் பரவாயில்லை. ஆனால் ஒரு ஆணாக என்னை உனக்குப் பிடித்திருக்கிறதா? உனக்கும் எனக்கும் இடையே உள்ள உறவுதான் என்ன? ஒன்றுமில்லை. ஒன்றுமேயில்லை... உனக்கும் எனக்கும் இடையில் குலுங்கிக் கொண்டிருப்பது, வெறும் பத்து ரூபாய்தான் - அதுவும் அதில் இரண்டரை ரூபாய், தரகருக்குப் போக மிச்சம் இங்கே அங்கே என்று சிதறிக்கிடக்கும். இந்தப் பத்து ரூபாய் குலுங்கிக்கொண்டிருக்கும் சத்தத்தை நீயும் கேட்கிறாய், நானும் கேட்கிறேன். நீ ஒன்றை நினைத்துக்கொண்டிருக்கிறாய், நான் ஒன்றை நினைத்துக்கொண்டிருக்கிறேன். உன்னுடைய தேவையை நான் பூர்த்தி செய்வது போலவும், என்னுடைய தேவையை நீ பூர்த்தி செய்வது போலவும். நாம் ஏன் ஏதாவது செய்யக்கூடாது? நான் புனேவில் ஏட்டாக இருக்கிறேன். நான் மாதம் ஒருமுறை மூன்று அல்லது நான்கு நாட்களுக்கு வருவேன்... இந்தத் தொழிலை விட்டுத் தொலை... உன் தேவைகளுக்கு நான் பணம் அனுப்புகிறேன்... இந்த அறைக்கு வாடகை எவ்வளவு?” என்றான்.

மாது இன்னும் நிறைய பேசினான். இவை எல்லாம் சுகந்தியிடம் மிக ஆழமான பாதிப்பை ஏற்படுத்த, ஒரு கணம் ஏட்டின் மனைவியாகத் தன்னைக் கற்பனை செய்து பார்த்தாள். அவளிடம் பேசி முடித்த பிறகு, மாது அறை முழுக்க தாறுமாறாய்ச் சிதறிக்கிடந்த பொருட்களை ஒழுங்குப்படுத்தத் தொடங்கினான். சுகந்தியின் கட்டிலுக்கு மேல் தொங்கிக் கொண்டிருந்த நிர்வாணப் படத்தை, அவளைக் கேட்காமலேயே கிழித்து எறிந்தான். அவளிடம், "சுகந்தி இதுபோன்ற படங்கள் இங்கு இருப்பதை நான் அனுமதிக்க மாட்டேன்... இந்தத் தண்ணீர் பானையைப் பார், எவ்வளவு அழுக்காக இருக்கிறது... அப்புறம் இந்தக் கந்தல்... நீயே பார் எவ்வளவு நாற்றம் அடிக்கிறது, இதையெல்லாம் தூக்கி வெளியே போடு... அப்புறம் பார் உன் தலைமுடியை, எவ்வளவு அழுக்காய் இருக்கிறது... அப்புறம்... அப்புறம்...." என்றான்.

மூன்று மணிநேரம் ஒருவரோடு ஒருவர் பேசிய பிறகு, சுகந்தியும் மாதுவும் மிகவும் நெருக்கமானார்கள். ஏட்டைப் பல வருடங்களாக அறிந்ததுபோல், சுகந்தி உணரத் தொடங்கினாள். இதுவரை அழுக்கடைந்த தண்ணீர் பானையையோ, நாற்றம் அடித்த கந்தல் துணிகளையோ, நிர்வாணப்படத்தையோ எவனுமே கவனித்தது இல்லை. அத்தோடு இதுவரை இதுதான் அவளின் வீடு என்றும், இதை வீடு போல் வைத்திருக்க முடியும் என்றும் எவனுமே அவளுக்கு உணரவைத்தது கிடையாது. ஆண்கள் வந்தார்கள், அழுக்கேறிய படுக்கையைக் கூட கவனியாமல் வெளியேறினார்கள். யாரும் அவளிடம், 'இங்க பார் சுகந்தி, இன்று உன் மூக்கு ரொம்பச் சிவந்துக்கிடக்கிறது. ஜாக்கிரதையாக இரு. இல்லை என்றால் சளி பிடிக்கும்... இரு... நான் போய் உனக்கு ஏதாவது மருந்து வாங்கி வருகிறேன்' என்று சொன்னது கிடையாது. மாது எவ்வளவு நல்லவனாக இருக்கிறான்... எவ்வளவு வெளிப்படையாகவும், நேர்மையாகவும் இருக்கிறான். சுகந்தி முதல்முறையாக அவனைச் சந்தித்தபோது, கண்டித்துக்கொண்டதை நினைவுகூர்ந்தாள்... மாது தனக்குத் தேவை என்று அவள் உணரத் தொடங்கினாள். இருவரும் இதனாலேயே நண்பர்கள் ஆனார்கள்.

புனேவிலிருந்து மாதத்திற்கு ஒருமுறை என்று மாது வந்து போகும் போது, "இங்க பார் சுகந்தி, நீ உன் தொழிலை மறுபடியும் தொடங்கினால் நீயும் நானும் நண்பர்களாக இருக்க முடியாது. இனி ஒரே ஒரு முறை நீ எந்த ஆணையாவது இந்த அறைக்குள் நுழையவிட்டால், உன் முடியைப் பிடித்திழுத்து இந்த வீட்டை விட்டு வெளியே விட்டெறிவேன்... நான் புனே போய்ச் சேர்ந்தவுடன், உன் மாதச் செலவுக்கான பணத்தை மணியார்டர் மூலம் அனுப்பிவைக்கிறேன்... ஆமாம், இந்த அறைக்கு எவ்வளவு வாடகை"

மாது புனேவிலிருந்து பணமும் அனுப்பியதுமில்லை, சுகந்தி தன் தொழிலை நிறுத்தியதும் இல்லை. என்ன நடந்து கொண்டிருக்கிறது என்று இருவருக்கும் தெரிந்து தான் இருந்தது. சுகந்தி மாதுவிடம், 'நீ என்ன முட்டாள் தனமாய்ப் பேசிக்கொண்டிருக்கிறாய்? ஒரு நயா பைசா நீ எனக்குக் கொடுத்திருக்கிறாயா?' என்று கேட்டதும் இல்லை, மாதுவும் சுகந்தியிடம், 'உனக்கு நான் பணம் ஏதும் அனுப்பாத போது எங்கிருந்து இந்தப் பணம் எல்லாம் உனக்குக் கிடைக்கிறது' என்று கேட்டதுமில்லை. இருவரும் பொய்யர்கள். இருவரும் நம்பத்தகுந்தது போன்ற உலகில் வாழ்ந்து கொண்டிருந்தார்கள். ஆனாலும் சுகந்தி சந்தோஷமாக இருந்தாள். தங்கத்தை அணியக்கூடாது என்று விதிக்கப்பட்டவர்கள், கவரிங் நகைகள் தானே அணிய முடியும்?.

அந்தச் சமயத்தில் சுகந்தி பெரும் அசதியில் உறங்கிக் கொண்டிருந்தாள். அவளின் தலைமேல் தொங்கிக்கொண்டிருந்த விளக்கை அவள் அணைக்க மறந்ததால் இன்னும் எரிந்து கொண்டிருந்தது. அதன் பிரகாசமான ஒளி அவளின் கண்களைத் தாக்கியது. ஆனாலும் அவள் ஆழ்ந்த உறக்கத்தில் இருந்தாள்.

அறையின் கதவு தட்டப்பட்டது... இரவு இரண்டு மணிக்கு யாராக இருக்கும்? சுகந்தியின் காதுகளில் அந்தச் சத்தம் மிக மெல்லியதாகப் பாய்ந்தது. கதவு தட்டப்படும் சத்தம், அதிகமானதுடன் திடுக்கிட்டு எழுந்து கொண்டாள். இரண்டு மது வகைகளும், அவளின் பற்களில் மாட்டியிருந்த மீன் துண்டுகளும் ஒன்று சேர்ந்து, அவளின் எச்சிலை அடர்த்தியாகவும் புளித்து துர்நாற்றமெடுப்பதாகவும் ஆக்கி இருந்தது. அது அவளின் உதட்டோரத்தில் வழிந்தது. அவள் அணிந்திருந்த லுங்கியில் அதைத் துடைத்துக்கொண்டு, தன் கண்களைக் கசக்கிக்கொண்டாள். அவள் கட்டிலில் தனித்துக்கிடந்தாள். குனிந்து கட்டிலுக்கடியில் பார்த்தாள். அவளின் சொறிபிடித்த நாய் உலர்ந்து போன செருப்புகள் மீது தலைவைத்து, கண்ணுக்குப் புலப்படாத ஏதோ ஒன்றைப் பார்ப்பது போல முகத்தை வைத்து உறங்கிக் கொண்டிருந்தது. பச்சைக்கிளியும் உறங்கிக்கொண்டிருந்தது - அதன் சிறகுகளில் தலையை மறைத்துக்கொண்டு.

மறுபடியும் கதவு தட்டப்பட்டது. சுகந்தி படுக்கையில் இருந்து எழுந்தாள். அவளுக்குப் படுமோசமான தலைவலி. பானையில் இருந்து கொஞ்சம் தண்ணீரை எடுத்து வாயைக் கொப்பளித்தாள். பிறகு ஒரு முழு குவளை தண்ணீர் குடித்து விட்டு, கதவைக் கொஞ்சம்போல் திறந்தாள்.

"ராம்லால்....!"

கதவை இத்தனை நேரம் தட்டியதால் சோர்வுற்ற ராம்லால், "பிணம்போலவா தூங்கிக்கொண்டிருப்பாய்? நான் ஒருமணி

நேரமாய் கதவைத் தட்டிக்கொண்டிருக்கிறேன். உனக்கு என்னதான் அப்படி இழவு நடந்தது" என்று எரிச்சலோடு கத்தினான். பிறகு தன் குரலைத் தாழ்த்தி, "உள்ளே யாரும் இல்லை என்று நினைக்கிறேன்" என்றான். சுகந்தி தனியாக இருப்பதாகச் சொன்னவுடன் ராம்லால் மறுபடியும் தன் குரலை உயர்த்தினான். "பிறகு ஏன் கதவைத் திறக்கவில்லை?... இது தான் உன் எல்லை... அப்படி என்ன தூக்கம் உனக்கு? ஒவ்வொருத்தியிடமும் நான் இரண்டு மணிநேரம் செலவு செய்தால், நல்ல வியாபாரம் தான் நான் செய்யமுடியும்... என்னை ஏன் அப்படிப் பார்த்துக்கொண்டு நிற்கிறாய்?.. போய்ப் புடவையை - பூப் போட்ட அந்தப் புடவையைக் கட்டிக்கொண்டு வா. கொஞ்சம் பவுடரும் போட்டுக்கொள்... நீ என்னோடு வந்தாக வேண்டும். வெளியே சேட்டு உனக்காக அவரின் காரில் காத்துக் கொண்டிருக்கிறார்... சீக்கிரம் கிளம்பு"

சுகந்தி பிரம்பு நாற்காலியில் அசதியோடு உட்கார்ந்து கொள்ள ராம்லால் அவளின் தலையைக் கண்ணாடிக்கு முன்னால் சீவி விடத் தொடங்கினான்.

சுகந்தி சிறு மேசை பக்கம் தன் உடலை நீட்டி, அதில் இருந்த தைலத்தை எடுத்தாள். மூடியைத் திறந்து, "ராம்லால் எனக்கு இன்று உடம்பு சரியில்லை" என்றாள்.

ராம்லால் சீப்பை அலமாரியில் தூக்கிப் போட்டு, அவள் பக்கம் திரும்பி, "ஏன் இதை நீ முன்பே சொல்லவில்லை?" என்று கேட்டான்.

தைலத்தை முன்னெற்றியிலும், நெற்றிப்பொட்டிலும் தேய்த்துக் கொண்டு, ராம்லால் தவறாப் புரிந்து கொண்டிருப்பதைச் சரிசெய்தாள். "அது இல்ல ராம்லால்... உடம்பு ஒரு மாதிரி இருக்கிறது. நேற்றிரவு நிறைய குடித்துவிட்டேன்".

ராம்லால் வாயில் எச்சில் ஊறியது. "ஏதாவது மிச்சமிருந்தால் என்னிடம் கொடு. நானும் அது எப்படி இருக்கிறது என்று பார்க்கிறேன்."

சுகந்தி தைலத்தை மீண்டும் சிறிய மேசையில் வைத்தாள். "கொஞ்சம் மிச்சமிருந்திருந்தால், இவ்வளவு மோசமான தலைவலியில் நான் அவஸ்தை பட்டுக்கொண்டிருக்க மாட்டேன்... இங்க பாரு ராம்லால், வெளியே கார்ல உட்கார்ந்திருக்கிற அந்த மனுஷன.. அவனை ஏன் இங்கு அழைத்துவரக் கூடாது?" ராம்லால் பதில் தந்தான்: "முடியாது அவரால் இங்கு வர முடியாது. அவர் மிகவும் கண்ணியமான மனிதர். இந்தச் சந்தில் காரை நிறுத்தக்கூட அவர் மிகவும் பயப்பட்டார். உன் உடையை மாற்றிக்கொண்டு, என்னோடு சந்து முனைக்கு வா... எல்லாம் சரியாகிப் போகும்"

இது வெறும் ஏழரை ரூபாய் சம்பந்தப்பட்டது. இந்த நிலையில் - இவ்வளவு மோசமான தலைவலியில், சுகந்தி நிச்சயமாக இந்த ஏற்பாட்டிற்குச் சம்மதித்திருக்க மாட்டாள். ஆனால் அவளுக்கு அவசரமாகப் பணம் தேவைப்பட்டது. பக்கத்து அறையில் இருந்த ஒரு மதராசி பெண்ணின் கணவர் மீது கார் ஒன்று ஏறிவிட்டது. அந்தப் பெண் அவசரமாக மெட்ராஸ் போய் ஆக வேண்டும். புனேயில் இருந்து வருபவனைத் தான் எதிர்பார்த்துக் கொண்டிருப்பதாகவும், அவனிடமிருந்து கடன் வாங்கி, அவள் புறப்பட ஏற்பாடு செய்வதாகவும் நேற்றுதான் உறுதி அளித்திருந்தாள்.

மாது புனேவிலிருந்து வரும் சமயம் தான். ஆனால் பணத்திற்குச் சுகந்திதான் ஏற்பாடு செய்தாக வேண்டும். அதனால் அவள் எழுந்து உடைகளை மாற்றிக்கொள்ளத் தொடங்கினாள். ஒரு சில நிமிடங்களில் அவள் பூப்போட்ட புடவையை அணிந்து கொண்டு, கன்னத்தில் கொஞ்சம் போல் கிரீம் பூசிக்கொண்டு, கழுத்தில் பவுடர் போட்டுக்கொண்டாள். பிறகு கொஞ்சம் தண்ணீர் குடித்துவிட்டு ராம்லாலோடு படியிறங்கினாள்.

சிறு நகரங்களில் இருக்கும் பஜார் தெருக்களைக் காட்டிலும் சற்று அகலமான அந்தச் சந்து, முற்றிலும் அமைதியாய் இருந்தது. கம்பங்களில் பொருத்தப்பட்டிருந்த காஸ் விளக்குகள், வழக்கத்தை விட மங்கலாக வெளிச்சத்தைக் கொடுத்தன. யுத்தம் காரணமாக விளக்குகளின் பிரகாசம் கொஞ்சம் மங்கலாக்கப்பட்டு இருந்தன. அந்த மங்கலான வெளிச்சத்தில், அந்தச் சந்தின் மறுகோடியில் ஒரு கார் நின்று கொண்டிருப்பதைப் பார்க்க முடிந்தது.

இந்த இரவின் கடைசிப் பகுதியில், முற்றிலுமான அமைதியில், காரின் நிழலைப் பார்த்த போது தனக்கு இருந்த தலைவலி அந்தப் பகுதி முழுவதுக்கும் பரவிவிட்டது போல் சுகந்தி உணர்ந்தாள். பிராந்தியும், உள்ளூர் சாராயமும் கலந்து காற்றும், புளித்த துர்நாற்றத்தை வீசிக் கொண்டிருப்பதாக உணர்ந்தாள்.

ராம்லால் முன்னே போய் காரில் அமர்ந்திருந்த அந்த மனிதனிடம் ஏதோ பேசினான். அதே சமயத்தில் சுகந்தியும் காருக்கு அருகாமையில் வர, அவளைக் காண்பித்து, "இதோ இவள் தான்.. ஃபர்ஸ்ட் கிளாஸ் பொண்ணு.. சமீபத்தில் தான் தொழிலில் சேர்ந்தாள்" என்று சொல்லி, அவள் பக்கம் திரும்பி, "இந்தப் பக்கமாக வா சுகந்தி. சேட் உன்னைக் கூப்பிடுகிறார்" என்றான்.

சுகந்தி முன்னே வந்தாள், தன் புடவை முந்தானையின் ஒரு முனையைத் தன் விரல்களில் சுற்றிக்கொண்டு, கார் கதவருகேநின்றாள். சேட் அவன் கையிலிருந்த டார்ச் வெளிச்சத்தை அவளின் முகத்தை நோக்கிப் பாய்ச்சினான். ஒரு நிமிடம் டார்ச்சிலிருந்து பாய்ந்த ஒளி,

போதையேறியிருந்த அவளின் கண்களைக் குருடாக்கியது. பிறகு டார்ச் விளக்கு அணைக்கப்படும் சத்தம் கேட்டது. மீண்டும் அங்கு இருட்டு பரவியது. அதோடு சேட்டின் வாயிலிருந்து 'ன்னோ!' என்ற சத்தம் வெளியேறியது. காரின் இன்ஜின் இயக்கப்பட்டு, ஒரு சில வினாடிகளுக்குள் அது தன் முழு வேகத்தை எடுத்தது.

சுகந்தி என்ன நடந்தது என்று சிந்திப்பதற்குள் கார் வேகமாகப் புறப்பட்டுப் போனது. டார்ச் ஒளியின் பிரகாசம் இன்னும் அவளின் கண்களில் இருந்தது. அவளால் சேட்டின் முகத்தைக் கூட ஒழுங்காகப் பார்க்க முடியவில்லை. என்னதான் நடந்தது? அவளின் காதுகளில் இன்னும் ஒலித்துக்கொண்டிருந்த 'ன்னோ!' சத்தம் என்ன சொல்கிறது?... அப்போது ராம்லாலின் குரல் கேட்டது. "உன்னைப் பிடிக்கவில்லை... சரி, நான் கிளம்ப வேண்டும்... இரண்டு மணிநேரம் கொஞ்சமும் பிரயோசனம் இல்லாமல் போனது..."

இதைக் கேட்டவுடன், அவளின் கைகால்கள் மற்றும் மண்டையில் வினோதமான உணர்வு பாய்ந்ததை உணர்ந்தாள். "அந்தக் கார் எங்கே?... அந்தச் சேட்டு எங்கே?.. அப்போ அந்த 'ன்னோ'க்கு என்னைப் பிடிக்கவில்லை என்று அர்த்தம்...". கெட்ட வார்த்தைகள் அவளின் அடி வயிற்றிலிருந்து புறப்பட்டு உதடுகளில் சிக்கிக்கொண்டது. அவளால் யாரைத் திட்ட முடியும்? அந்தக் கார் போய்விட்டது. அதன் பின்பகுதியின், சிகப்பு விளக்கு கருமையில் முழுகிக்கொண்டிருந்தது. காரின் சிவப்பு விளக்குகள், எரிந்து கொண்டிருக்கும் கரித்துண்டாய் அவளின் இதயத்தைத் துளைத்துக் கொண்டிருப்பது போல உணர்ந்தாள். சுகந்திக்குக் கத்த வேண்டும் போல் இருந்தது... "உன் காரை நிறுத்து சேட்டு... ஒரே ஒரு நிமிடத்திற்கு" ஆனால் அந்தச் சேட்டு போய்விட்டான்... ரொம்ப தொலைவிற்கு. கடவுள் அவனைச் சபிக்கட்டும்.

சுகந்தி வெறிச்சோடிக் கிடந்த பஜாரில் தனித்து நின்று கொண்டிருந்தாள். மிக முக்கியமான விசேஷங்களுக்கு மட்டுமே அவள் அணிந்து கொள்ளும் அந்தப் பூப் போட்ட புடவை, இரவுக் காற்றில் படபடத்துக்கொண்டிருந்தது. சுகந்திக்கு இது எரிச்சலைக் கொடுத்தது. அதன் சத்தம் சேட்டின் 'ஓ...!' போல இருந்தது. அவளுக்குப் புடவையைச் சுக்கு நூறாகக் கிழித்துப் போடவேண்டும் போல் தோன்றியது.

சுகந்தி கன்னத்தில் கிரீமும், உதட்டில் சாயமும் பூசியிருந்தாள். இதை எல்லாம் செய்வது தன்னை அழகாகக் காட்டிக் கொள்ளத் தானே என்று உணர்ந்த போது, அவமான உணர்வால் தாக்கப்பட்டு, அவளுக்கு வியர்த்துக் கொட்டியது. இந்த அவமான உணர்வை எதிர்கொள்ள அவள் நினைத்தாள்: 'அந்தத் தேவடியாமகனுக்காக

நான் என்னை அழகுப் படுத்திக்கொள்ளவில்லை. நான் அழகாக இருக்க வேண்டும் என்பதற்காகத் தான் என்னை அழகுப் படுத்திக்கொண்டேன்... இது என் பழக்கம். நான் மட்டும் இல்லை, எல்லோரும் தங்களை அலங்கரித்துக் கொள்கிறார்கள். ...ஆனால் இந்த இரவு நேரத்தில்?... அதுவும் இரண்டு மணிக்கு?... அப்புறம் தரகர் ராம்லால்?... பஜார்... அப்புறம் கார்... டார்ச் விளக்கின் ஒளி...'. இவை எல்லாம் அவள் நினைவில் இருந்தது. திட்டுத் திட்டாக ஒளி அவள் கண்களில் மிதந்து கொண்டு இருந்தது. காற்றின் ஒவ்வோர் அசைவிலும் கார் இஞ்சின் இயக்கப்படும் சத்தத்தைக் கேட்டாள்.

அவள் தன்னை அலங்கரித்துக்கொண்டபோது நெற்றியில் போட்டுக்கொண்ட தைலம் ஏறக்குறைய மறைந்துவிட்டது. இப்போது வியர்வைத்துளிகளோடு மெல்லிய இழைகளாய் மீண்டும் நெற்றியில் தோன்றியது. சுகந்தி அவளுடைய நெற்றியை, வேறு எவருடையதோ போல் உணர்ந்தாள். வியர்வைத்துளிகள் நிரம்பிய அவளது நெற்றியில் காற்று படர்ந்த போது அவள் யாரோ குளிர்ச்சியான சரோடினைத் துண்டாக்கி அவள் நெற்றியில் ஒட்டிவைத்தது போல் உணர்ந்தாள். அவளுக்குத் தலைவலி இன்னுமிருந்தது. ஆனால் அவளுள் எழுந்த சிந்தனைகளும் அவை எழுப்பிய சத்தங்களும் அதை அழுத்தியது. சுகந்தி பலமுறை அவளின் சிந்தனைகளுக்கு அடியில் சிக்கிக்கொண்ட தலைவலியை வெளியே எடுக்க முயற்சித்தாலும் தோற்றுப்போனாள். அவளுக்கு, அவளின் கைகால்கள், வயிறு என்று எல்லாம் வலியை உணரவேண்டும் என்று விரும்பினாள். இதயம் சுருங்கும் அளவிற்கு வலியின் தீவிரம் வேண்டும் என்று நினைத்தாள். ஆனால் அவளின் இதயம் விரிந்தது. இழவு... அந்தச் சேட்டின் 'ஓ...!' அவளின் இதயத்தில் சுருங்கிக்கொண்டும் விரிந்துகொண்டும் இருந்தது.

அப்போது தன் அறையை நோக்கி நடக்கத் தொடங்கிய சுகந்தி, சட்டென்று நின்றாள். அவள் மீண்டும் சிந்திக்கத் தொடங்கினாள்: "சேட்டுக்கு என்னுடைய முகத்தைப்பிடிக்கவில்லை என்று தரகர் ராம்லால் நினைக்கிறான். இல்லை ராம்லால் என் முகத்தைப் பற்றி ஏதும் சொல்லவில்லை, அவன் சொன்னது, 'அவருக்கு உன்னைப் பிடிக்கவில்லை'. அவனுக்கு என் முகத்தைப் பிடிக்கவில்லை... அதனால் என்ன... எனக்குக் கூடத்தான் சில ஆண்களின் முகம் பிடிக்கவில்லை. அமாவாசை இரவு அன்று வந்தவன் - அவன் எவ்வளவு கோரமாய் இருந்தான். நான் அவனை வெறுப்போடு பார்க்கவில்லையா? அவன் கட்டிலில் படுக்க வந்த போது அவனிடமிருந்து விலக வேண்டும் என்று நினைக்கவில்லையா? எனக்கு ஏறக்குறைய குமட்டிக் கொண்டு வரவில்லையா? உண்மைதான்... ஆனால் சுகந்தி நீ அவனைத் திருப்பி அனுப்பவில்லை. காரில் வந்த சேட்டு உன் முகத்தில் காறி உமிழ்ந்துள்ளான். 'ஓ...!' இந்த 'ஓ...!'க்கு வேறு என்ன அர்த்தம் இருக்க

முடியும்?... இது தான்: ஓணான் போன்ற முகம், அதுவும் தலைக்கு மல்லிகைப்பூ மணம் கொண்ட எண்ணெயைத் தடவிக் கொண்டு! எப்படிப்பட்ட முகம். என்ன ஒரு எதிர்பார்ப்பு! ராம்லால் அந்த ஓணானை எங்கிருந்து பொறுக்கி வந்தாய்? இந்தப் பெண்ணையா நீ இவ்வளவு புகழ்ந்து கொண்டு இருந்தாய்? இவளுக்கா பத்து ரூபாய்?... ஒரு கோவேறு கழுதையே மேலானது..."

சுகந்தி சிந்தித்துக்கொண்டு இருக்க. அவளின் உச்சந்தலை முதல் உள்ளங்கால் வரை வெப்பம் வெளியேறிக் கொண்டு இருந்தது. சில கணங்களில் அவள் மீதே எரிச்சல் கொண்டாள். வேறு சில கணங்களில் இப்படி நடு ராத்திரி இரண்டு மணிக்கு இவ்வளவு கஷ்டங்களை அனுபவிக்கவைத்த ராம்லால் மீது கோபம் கொண்டாள். பிறகு திடீரென்று இருவரையும் குறைசொல்ல முடியாது என்று நினைத்து சேட் மீது எரிச்சல் கொண்டாள். இந்த எண்ணத்தில் அவளின் கண்கள், கைகால்கள் என்று உடலில் உள்ள ஒவ்வோர் அங்கமும் சேட்டை எங்காவது காணமுடியுமா என்று வளைந்து கொடுத்தது. அவளுள் என்ன நடந்ததோ அது மறுபடியும், ஒரே ஒரு முறை மீண்டும் நடக்க வேண்டும் என்ற சங்கடமான ஏக்கம் தோன்றியது.. அவள் மறுபடியும் அதேபோல் நடத்தப்பட்டால்... வெறிப்பிடித்த பூனை நகங்களைக் கொண்டு அந்த சேட்டின் தலை முடியைப் பிடித்து காரில் இருந்து வெளியே இழுத்துப்போட்டு அசதியுறும் வரை உதைக்கத் தொடங்கி... சக்தியெல்லாம் இழந்து, அசதியில் அமர்ந்து அழத் தொடங்கி...

சுகந்தியின் அசாத்தியக் கோபமும், இயலாமையும் மூன்று நான்கு பெரிய நீர்த்துளிகளை அவளின் கண்களில் இருந்து வெளிக் கொணர்ந்தது. சுகந்தி அவளின் கண்களைப் பார்த்துக் கேட்டாள், "எதற்காக அழுகிறாய்? அப்படி என்ன நடந்தது என்று இப்போது நீலிக் கண்ணீர் வடிக்கிறாய்?..."

அவள் தன் கண்களைப் பார்த்துக் கேட்ட இந்தக் கேள்வி, அந்தக் கண்ணீர்த் துளிகளில் சில கணங்கள் நீந்திக்கொண்டிருக்க, அந்தக் கண்ணீர்த்துளியோ, கண்இமையில் தொங்கிக்கொண்டிருந்தது. சுகந்தி இந்தக் கண்ணீர்த்துளி ஊடாக, மறைந்து போன சேட்டின் கார் நின்று கொண்டிருந்த வெற்றிடத்தை வெறித்துப் பார்த்துக் கொண்டு நின்றிருந்தாள். கர்... கர்... கர். இந்தச் சத்தம் எங்கிருந்து வந்தது? சுகந்தி சுற்றிலும் பார்த்தாள். எவரும் அங்கில்லை. ஆங்...! அந்தச் சத்தத்தை எழுப்பியது அவளின் இதயம் தான் என்றாலும், ஏனோ கார் இஞ்சின் இயக்கப்படுவதாக நினைத்தாள்... ஏன் அவளின் இதயம் - இதுவரை ஒழுங்காக இயங்கிக்கொண்டிருந்தது, திடீரென்று கெட்டுப் போன இசைத்தட்டில் சிக்கிக்கொண்ட ஊசி போல, 'கர்... கர்...' என்ற சத்தத்தை எழுப்புகிறது? 'அன்று இரவு வானிலிருந்த நட்சத்திரங்கள்

எண்ணப்பட்டே கழிந்தது' என்பது, நட்சத்திரங்கள்... நட்சத்திரங்கள்... என்று இழுபட்டது போன்று.

வானம் நட்சத்திரங்களால் நிரம்பியிருந்தது. சுகந்தி நிமிர்ந்து பார்த்து, "எவ்வளவு அழகாக இருக்கிறது" என்றாள். அவளின் சிந்தனையை வேறு எதிலாவது திசை திருப்ப வேண்டும் என்று விரும்பினாள். ஆனால் அவள் 'அழகாக இருக்கிறது' என்று சொன்னவுடன், அவள் நினைத்தாள்... 'நட்சத்திரங்கள் அழகாக இருக்கின்றன. ஆனால் நீ கோரமாய் இருக்கிறாய். சற்று நேரத்திற்கு முன் எவனோ ஒருத்தன் அப்படிச் சொன்னதை நீ மறந்து விட்டாயா?'

'சுகந்தி நீ ஒன்றும் பார்க்க அவ்வளவு அசிங்கமாக இல்லை'. இந்த எண்ணம், இந்த ஐந்து வருட காலங்களாக அவளைக் கண்ணாடியில் தன்னைப் பார்த்துக் கொண்டது, பிம்பங்களாக ஒன்றன் பின் ஒன்றாக அவளுள் தோன்றியது. உண்மைதான், இதில் எந்தச் சந்தோசமும் இல்லை. ஐந்து வருடங்களுக்கு முன் எந்தக் கவலைகளும் இல்லாமல் பெற்றோர்களோடு வாழ்ந்து வந்தபோது, அவள் இருந்தது போல் இன்று இல்லை தான். ஆனாலும் அவள் ஒன்றும் கோரமாக மாறிவிடவில்லை. ஒரு கணப்பொழுது ஆணின் கவனத்தைக் கவரக்கூடிய எல்லாப் பெண்களைப்போலத்தான் இருந்தாள். அவளைப் பொறுத்தவரை ஓர் ஆண், ஓரிரு இரவுகளுக்காக ஒரு பெண்ணிடம் எதிர்பார்க்கும் எல்லாத் தகுதிகளும் அவளிடம் இருந்தன. அவளின் உடலில் இன்னும் இளமை இருந்தது. அவளின் அங்கங்கள் ஏற்றுக்கொள்ளக்கூடிய அளவில் இருந்தன. சில சமயங்களில் அவள் குளிக்கும் போது அவளின் தொடையைப் பார்த்துக் கொண்டாள். அவை திடமானதாகவும், உருண்டையாகவும் சிறப்பாக உருக்கொண்டும் இருந்தன. அவள் நல்ல இயல்புகளைக் கொண்டு இருந்தாள். ஒரே ஒரு வாடிக்கையாளர் கூட அவளிடம் திருப்தி இல்லாமல் திரும்பிப் போனது கிடையாது. அவள் இளகிய மனதோடும் அந்நியோன்னியமாகவும் பழகினாள். போனமுறை கிறிஸ்துமஸ் பண்டிகையில் அவள் கோல்பேட்டாவில் இருந்த போது, ஓர் இளைஞன் அவளிடம் வந்தான். காலையில் எழுந்து அவன் போட்டுக்கொள்ள தன் கோட்டை எடுத்த போது அதில் அவனின் பர்ஸ் இல்லாததைக் கண்டான். அவன் நிலைகுலைந்து போனான். அவன் தன் விடுமுறையைக் கழிக்க ஹைதராபாத்திலிருந்து பம்பாய்க்கு வந்திருக்கிறான். இப்போது திரும்பி போவதற்குப் பணம் இல்லை. சுகந்தி அவன் மீது இரக்கம் கொண்டு அவன் கொடுத்த பத்து ரூபாயை அவனிடமே திருப்பிக் கொடுத்தாள்.

'என் மீது என்ன தவறு இருக்கிறது' சுகந்தி இந்தக் கேள்வியைப் பார்த்த எல்லாவற்றிடமும் கேட்டாள் - மங்கலான கேஸ் விளக்குகள், இரும்புத் தூண்கள், நடைபாதையில் உள்ள சதுரமான கற்கள்,

தெருவில் குவிந்து கிடந்த பெயர்த்தெடுக்கப்பட்ட கற்கள். எல்லாவற்றையும் வரிசையில் ஒன்றன் பின் ஒன்றாகப் பார்த்தாள். பிறகு அவள் மீது தொங்கிக் கொண்டிருக்கும் வானத்தை நிமிர்ந்து பார்த்தாள். ஆனால் அதனிடமிருந்தும் பதிலேதும் கிடைக்க வில்லை.

பதில் அவளுக்குள்ளேயே இருந்தது. அவள் கோரமாய் இல்லை. பார்க்கச் சுமாரானவள் என்று அவளுக்கே தெரியும். ஆனால் இதை வேறு யாரேனும் ஊர்ஜிதப்படுத்த வேண்டும் என்று ஏங்கினாள்... யாரேனும்... யாரேனும் ஒருவன்... அவளின் தோளில் கைவைத்து, "யார் சொன்னது சுகந்தி நீ அசிங்கமானவள் என்று, நீ அழகாக இருக்கிறாய்" என்று சொல்ல ஏங்கினாள்.

யாராவது தன்னைப் புகழ வேண்டும் என்று ஏன் எதிர் பார்க்கிறேன் என்று கேட்டுக்கொண்டாள். இதற்கு முன் இது போன்ற தேவையை, இவ்வளவு தீவிரமாக அவள் உணர்ந்ததே கிடையாது. ஏன் அவள் அழகாக இருக்கிறாள் என்று, உயிரற்ற பொருட்கள் கூட ஏற்றுக் கொள்ள வேண்டும் என்று பார்க்கிறாள்? ஏன் அவளின் உடலில் ஒவ்வொரு துவாரமும் 'தாயாக' மாறுகிறது? ஏன் இந்தப் பூமியில் உள்ள அனைத்தையும் ஒரு தாயைப்போல அள்ளி எடுத்துத் தன் மடியில் போட்டுக்கொள்ள நினைக்கிறாள்? ஏன் அந்த கேஸ் விளக்கைத் தாங்கிக்கொண்டிருக்கும், இரும்புத் தூணைத் தட்டிக்கொடுத்து, அதன் சில்லிட்ட உடலில் தன் முகத்தைப் பதித்து, அதன் குளிர்ச்சியை உறிஞ்சிக்கொள்ள நினைக்கிறாள்?...

சிறிது நேரம் கழித்து மங்கிய கேஸ் விளக்குகளும், இரும்புத் தூண்களும், நடைபாதையில் உள்ள சதுரமான கற்களும், இந்த இரவில் அசைவற்றுக் கிடந்த எல்லாமும் அவள் மீது இரக்கம் கொண்டு பார்ப்பதாக உணர்ந்தாள். கணக்கிலடங்கா ஓட்டைகளைக் கொண்ட, அடர்த்தியான பழுப்பு நிறத் துணியைப் போல, அவளின் தலைக்கு மேல் தொங்கிக் கொண்டிருந்த வானம் கூட அவளைப் புரிந்து கொண்டது என்று நினைத்தாள். மினுமினுக்கும் நட்சத்திரங்கள் கூட தன்னைப் புரிந்து கொண்டதாக நினைத்தாள்... ஆனால் அவளுள் இன்னும் எது அவளின் எலும்புகளைக் குடைந்துகொண்டிருக்கிறது? ஏன் அவளுள் - மழைக்கு முந்திய வான்வெளியில் காணப்படுவது போன்ற, நிலையற்ற தன்மை காணப்படுகிறது? அவளுள் புகைந்து கொண்டிருப்பது எல்லாம், அவளின் உடலில் உள்ள ஒவ்வொரு துவ்ாரங்கள் வழியாக வெளியேறிவிட வேண்டும் என்று நினைத்தாள். ஆனால் அது எப்படிச் சாத்தியமாகும்? எப்படி?...

சந்தின் ஒரு மூலையில் சிவப்பு நிற தபால் பெட்டி அருகே சுகந்தி நின்று கொண்டிருந்தாள். தபால் பெட்டியின் திறந்த வாயில் தொங்கிக் கொண்டிருந்த இரும்பு நாக்கு காற்று சற்று வேகமாக அடித்தபோது

அசைந்துகொடுத்தது. திடீரென்று சுகந்தி கார் போன திசையைப் பார்த்தாள். ஆனால் அங்கு பார்ப்பதற்கு ஏதுவுமே இல்லை... அந்தக் கார் திரும்ப வரவேண்டும் என்று எவ்வளவு ஆவலோடு இருந்தாள். ஆனால்...

"அது ஒன்றும் வரவேண்டாம்" அவள் முணு முணுத்தாள். "அது எக்கேடு கெட்டும் ஒழியட்டும். நான் ஏன் என்னை இப்படி இம்சைப் படுத்திக்கொள்ள வேண்டும்? அறைக்குப் போய் நிம்மதியாய் படுத்து உறங்கலாம். இதனால் எல்லாம் என்ன கிடைத்துவிடப்போகிறது. தேவையில்லாத தலைவலி"

"சுகந்தி போ, வீட்டிற்குப் போ..." அவளுக்குள் சொல்லிக் கொண்டாள். "சில்லென்று ஒரு குவளை தண்ணீர் குடி, தைலம் தடவிக்கொண்டு படுக்கப் போ... உனக்கு நன்றாகத் தூக்கம் வரும். பிறகு எல்லாம் சரியாகிவிடும். சேட்டும் அவனின் காரும் நரகத்திற்குப் போகட்டும்"

இந்த எண்ணம் குளிர்ச்சியான நீரைக் கொண்டிருந்த குளத்தில் குளித்தது போன்று சுகந்தியை இலகுவாக்கியது. இது அவளுக்குப் பிராத்தனை முடித்தப்பின் கிடைக்கும் உணர்வு போல் இருந்தது. அவள் வீட்டை நோக்கி நடந்தாள். இப்போது மனதில் உள்ள கவலைகளை எல்லாம் இறக்கி வைத்தது போல உணர்ந்ததால், அவளின் நடை அவ்வப்போது தடுமாறியது.

அவள் தன் வீட்டை நெருங்கியவுடன், நடந்தவையெல்லாம் வலியாய்த் திரும்ப வந்து அவளின் உடல் முழுக்க ஊடுருவியது. அவளின் நடை மீண்டும் இறுக்கமானது. அவள் வீட்டில் இருந்து அழைக்கப்பட்டதும், பஜாருக்குச் சென்றதும், டார்ச் விளக்கு ஒளி மூலமாய்க் கன்னத்தில் அறையப்பட்டு அவமானப்படுத்தப் பட்டதும், மீண்டும் அவளை மிரட்டத் தொடங்கியது. ஆட்டை வாங்க வந்தவன் அவனின் விரல்களால் ஆட்டுக்கு முடிமட்டும் இருக்கிறதா அல்லது சதையும் இருக்கிறதா என்று பரிசோதிப்பது போல் நடத்தப்பட்டதாக நினைத்தாள். அந்த சேட்... கடவுளே!... சுகந்தி அவனைச் சபிக்க விரும்பினாள். ஆனால் "இப்போது சபிப்பதால் என்ன பயன்?" என்று நினைத்தாள். "அவன் என் முன்னே நிற்க என்னுடைய வசவுகள் அவனின் உடலில் உள்ள எல்லாத் துவாரங்களிலும் நுழைந்தால் அது வேடிக்கையாக இருக்கும். அவன் வாழ்நாள் முழுக்கச் சங்கடப்படும் அளவிற்கு நிச்சயம் நான் ஏதாவது சொல்லியிருப்பேன்... நான் என் ஆடைகளைக் களைத்தெறிந்துவிட்டு அவன் முன்னே நிர்வாணமாக நின்று இப்படிச் சொல்லியிருப்பேன். இதை எடுத்துக்கொள்ளத்தானே நீ வந்தாய், பணம் ஏதும் கொடுக்காமல் நீ எடுத்துக்கொள். ஆனால்

நான் எதுவாக இருந்தாலும் என்னுள் மறைந்து கிடக்கும் எதையும் உன் அப்பனால் கூட விலை கொடுத்து வாங்க முடியாது."

விதவிதமாய்ப் பழிவாங்கும் உணர்வுகள் சுகந்தியின் மண்டைக்குள் வரத்தொடங்கியது. ஒரு முறை மட்டும், ஒரே ஒரு முறை, அந்த சேட்... அவளால் அந்த சேட்டை சந்திக்க முடிந்தால் அவனைப் பழி வாங்குவதற்கு எதையும் செய்யத் தயாராக இருந்தாள். இல்லை, அது... பிறகுதான் சேட்டைச் சந்திப்பது முடியாத காரியம் என்று உணரத் தொடங்கி, சிறு சிறு கெட்டவார்த்தைகளைக் கொட்டித் திருப்திப் பட்டுக்கொண்டாள்... அந்தச் சிறு வசவுகள் அவளின் மூக்கின் மேல் ஈயைப்போல உட்கார்ந்து கொள்ளும் - திரும்பத் திரும்பப் பறந்து வந்து உட்கார்ந்து கொள்ளும்.

இத்தகையப் போராட்டங்களைக் கொண்ட மனநிலையோடு, அவளது அறையிருந்த இரண்டாவது தளத்தை அடைந்தாள். அவளின் இரவிக்கைக்குள் இருந்த சாவியை எடுத்துக் கதவைத் திறக்கக் கையை நீட்டினாள். சாவி காற்றில் நகர்ந்தது. கதவில் பூட்டு இல்லை. சுகந்தி கதவை உள்நோக்கித் தள்ளினாள். மெல்லியதான சத்தம் கேட்டது. உள்ளிருந்து யாரோ தாழ்ப்பாளைத் திறந்தார்கள். கதவு திறக்கப்பட சுகந்தி உள்ளே போனாள். தன் தாடியின் பின்னே சிரித்துக்கொண்டே, மாது கதவைத் தாழிட்டான். "கடைசியாக என் அறிவுரையை நீ ஏற்றுக்கொள்கிறாய். காலையில் நடப்பது உடலுக்கு மிகவும் நல்லது. ஒவ்வொரு நாளும் காலையில் நடக்க வேண்டும். சோம்பேறித் தனத்தை ஒழித்துக்கட்ட இது உதவும். நீ அடிக்கடி குறைப்பட்டுக்கொள்ளும் உன் முதுகுவலியைக் குறைக்கவும் இது உதவும். குறைந்தது விக்டோரியா பூங்கா வரை நீ கண்டிப்பாக நடக்க வேண்டும்... சரியா?"

சுகந்தி பதிலேதும் சொல்லவில்லை. மாதுவும் அவளின் பதிலுக்கு ஆர்வத்தைக் காட்டவில்லை. உண்மையில் மாது எப்போது என்ன பேசினாலும், சுகந்தி அதில் கலந்து கொள்ள வேண்டுமென்று அவன் எதிர்பார்த்ததே கிடையாது. அவர்கள் ஏதாவது பேசிக் கொள்வதற்குக் காரணம், ஏதாவது பேசிக்கொள்ளவேண்டுமே என்பதற்காகத்தான்.

மாது பிரம்பு நாற்காலியில் உட்கார்ந்து கொண்டான். நாற்காலியில் தலை வைக்கும் இடத்தில், அவனின் எண்ணெய்த் தலை பெரிய கறையை ஏற்படுத்தி இருந்தது. கால்மேல் கால் போட்டுக் கொண்டு தன் விரல்களால் தாடியைத் தடவிக் கொடுத்தான்.

சுகந்தி கட்டிலில் உட்கார்ந்த பிறகு, மாதுவிடம், "இன்று உனக்காகக் காத்திருந்தேன்" என்றாள். மாது ஆச்சரியத்தோடு, "காத்திருந்தாயா? நான் இன்று வருவது உனக்கு எப்படித் தெரியும்" என்று கேட்டான். ஒட்டியிருந்த சுகந்தியின் உதடுகள் விரிந்து அசதி

கொண்ட சிரிப்பை வெளிப்படுத்தியது. "நேற்றிரவு என் கனவில் உன்னைப் பார்த்தேன். நான் எழுந்து பார்த்த போது, எவரும் இங்கு இல்லை. அதனால் வெறுமனே நடைபோய் வரலாம் என்று நினைத்து... அப்புறம்..."

மாது மகிழ்ச்சியோடு, "அதான் நான் வந்து விட்டேன். காதலர்களின் இதயங்கள் ஒன்றாகத் துடிக்கும் என்று ஞானிகள் சொல்லியிருக்கிறார்கள். நீ எப்போது கனவு கண்டாய்."

சுகந்தி பதில் தந்தாள்: "சுமார் நாலுமணிக்கு"

மாது நாற்காலியில் இருந்து எழுந்து சுகந்தி பக்கத்தில் வந்து உட்கார்ந்து கொண்டான். "நீயும் என் கனவில் வந்தாய்" என்றான். "சரியாக இரண்டு மணிக்கு. நீ என் அருகில் நின்று கொண்டிருந்தாய்... பூப் போட்ட புடவையை உடுத்திக்கொண்டு... ஆங்... இதே புடவை... உன் கையில்... இப்போது உன்கையில் என்ன இருக்கிறது. ஆமாம்... நீ ஒரு பை முழுக்க நாணயங்களை வைத்திருக்கிறாய்... நீ அந்தப் பையை என் மடியில் வைத்துச் சொன்னாய், 'மாது நீ ஏன் கவலைப்படுகிறாய்! இந்தப் பையை எடுத்துக்கொள்... என் பணமாக இருந்தால் என்ன, உன் பணமாக இருந்தால் என்ன... என்ன வித்தியாசம் இருக்கிறது' சுகந்தி நான் சத்தியமாகச் சொல்கிறேன், உடனடியாக எழுந்து டிக்கெட் வாங்கி இங்கு நேராக வந்துவிட்டேன். நான் உன்னிடம் அதை எப்படிச் சொல்வேன் சுகந்தி... நான் ரொம்பவும் இக்கட்டான நிலையில் இருக்கிறேன்... எந்தக் காரணமும் இல்லாமல் நான் ஒரு வழக்கில் சம்பந்தப்படுத்தப்பட்டுள்ளேன்... என்னிடம் மட்டும் இருபது ரூபாய் இருந்தால்... இன்ஸ்பெக்டருக்கு லஞ்சமாகக் கொடுத்து இந்தச் சிக்கலில் இருந்து வெளியே வந்துவிடுவேன்... உனக்கு அசதியாக இருக்கிறதா, ஏன் படுத்துக்கொள்ளேன்... நான் உன் காலைப் பிடித்து விடுகிறேன். நடந்து பழக்கமில்லை என்றால் நிச்சயமாக அசதியாக இருக்கும்... இப்படிப் படுத்துக்கொள், உன் காலை என் பக்கமாக நீட்டிக்கொள்." சுகந்தி படுத்தாள். இரண்டு கைகளையும் மடித்து தலைக்கடியில் வைத்துக்கொண்டாள். பிறகு அவளுக்குச் சொந்தமில்லாத குரலில் பேசத்தொடங்கினாள்: "மாது உன்னை வழக்கில் சிக்க வைத்த அந்தப் பொறுக்கி யாரு? உன்னைச் சிறைக்கு அனுப்பும் சாத்தியங்கள் ஏதும் இல்லை என்று நம்புகிறேன். ஏன் இருபது, முப்பது ரூபாய்? இது போன்ற சூழ்நிலையில் ஐம்பது அல்லது நூறு ரூபாய் இன்ஸ்பெக்டருக்குக் கொடுத்தால் எல்லாம் இன்னும் சுலபமாக முடியும்... இனியும் நீ கவலைப்படாதே. நான் ஒன்றும் அசதியோடு இல்லை. காலைப்பிடிப்பதை நிறுத்திவிட்டு, முழு கதையையும் என்னிடம் சொல்... வழக்குப் பற்றிக் கேள்விப் பட்டவுடன் என் இதயம் இன்னும் வேகமாக அடித்துக் கொள்கிறது... நீ எப்போது திரும்பிப்போவதாக இருக்கிறாய்?"

சுகந்தியின் மூச்சுக்காற்றில் மாது, மதுவின் நாற்றத்தை உணர்ந்தான். இது தான் நல்ல சந்தர்ப்பம் என்று நினைத்து, "மதியம் இரயிலில் நான் புறப்பட வேண்டும். சாயந்திரத்திற்குள் நான் இன்ஸ்பெக்டருக்கு ஐம்பது அல்லது நூறு கொடுத்தாக வேண்டும். அதற்கு மேல் கொடுக்க வேண்டிய அவசியமில்லை.. நான் நினைக்கிறேன் ஐம்பதே போதுமானது."

"ஐம்பது!". சுகந்தி மிக அமைதியாக எழுந்து சுவரில் தொங்கிக் கொண்டிருந்த நான்கு புகைப்படங்களை நோக்கி மெதுவாக நகர்ந்தாள். இடது பக்கத்தில் இருந்து மூன்றாவது படம் மாதுவின் படம். பெரிய பெரிய பூக்கள் போட்ட திரைச் சீலைக்கு முன்பு இருந்த நாற்காலியில் அவன் அமர்ந்திருந்தான். அவனின் கைகள் தொடையின் மேல் வைக்கப் பட்டிருந்தன. ஒரு கையில் ரோஜாப்பூ ஒன்றைப் பிடித்திருந்தான். பக்கத்திலிருந்த சிறிய ஸ்டூலில் இரண்டு தடித்தப் புத்தகங்கள் இருந்தன. இந்தப் புகைப்படம் எடுக்கப்பட்ட போது அவனுள் தான் புகைப்படம் எடுக்கப்படப்போகிறோம் என்ற எண்ணம், 'ஓ... என்னைப் படம் பிடிக்கப்போகிறார்கள்... என்னைப் படம் பிடிக்கப்போகிறார்கள்' என்று அவனின் கை கால்கள் மூலம் சொல்வது போல் இருந்தது. விரிந்திருந்த அவனின் கண்கள், அவன் சௌகரியமாக இல்லை என்ற எண்ணத்தை ஏற்படுத்தியது. சுகந்தி உரக்கச் சிரித்தாள். அவளின் அந்தச் சிரிப்பு குறிப்பார்த்து துளைப்பது போல் இருந்ததால், மாது மிகவும் சங்கடப்பட்டுப்போனான். கட்டிலில் இருந்து எழுந்து சுகந்தி அருகில் சென்று, "சுகந்தி யாருடைய படம் உன்னை இப்படிச் சிரிக்க வைத்தது" என்று கேட்டான். சுகந்தி, இடது பக்கத்திலிருந்த முதல் படத்தைக் காட்டினாள், அது முனிசிபாலிட்டி சுகாதார இன்ஸ்பெக்டரின் படம். "இதுதான்... முனிசிபாலிட்டி இன்ஸ்பெக்டருடையது... அவனின் கோரமான முகத்தைப் பார்... அவன் சொல்வான், மகாராணி ஒரு காலத்தில், அவன் மீது காதல் கொண்டாளாம்... மகாராணி இந்தக் கோரமான முகத்திற்கு ஏங்கியிருப்பாள்தான்...". சுகந்தி அந்தப் புகைப்படத்தைப் பிடித்து இழுத்தாள். அவள் பலம் கொண்டு இழுத்த வேகத்தில் ஆணியும் சுவரில் இருந்து பெயர்ந்து வந்தது. சுகந்தி அந்தப் படத்தை ஜன்னலுக்கு வெளியே விட்டெறிந்ததைப் பார்த்த போது, மாதுவால் அதிர்ச்சியிலிருந்து மீளமுடியாமல் போனது. இரண்டாவது மாடியிலிருந்து விட்டெறியப்பட்ட அந்தப் படத்தின் கண்ணாடி நொறுங்கும் சத்தம் கேட்டது. சுகந்தி சொன்னாள், "இராணி, குப்பை பொறுக்க வரும் போது குப்பைகளோடு இந்த இராஜாவையும் சேர்த்து எடுத்துப் போவாள்".

பிறகு கத்தியைக் கூர்ப்படுத்துவது போன்று கிழித்தெடுக்கும் சிரிப்பு, சுகந்தியிடமிருந்து சீறி வெளிப்பட்டது. மாது சிரமப்பட்டுப்

புன்னகைத்தான். பிறகு உரக்கச் சிரிக்கத் தொடங்கினான். "ஹி... ஹி... ஹி...."

சுகந்தி இரண்டாவது படத்தையும் பிடுங்கி ஜன்னலுக்கு வெளியே விட்டெறிந்தாள். "இந்த ராஸ்கல் இங்கே என்ன செய்து கொண்டிருக்கிறான்" என்றாள். "கோரமான முகத்தோடு எவரும் இங்கு இருக்கக் கூடாது... நான் சொல்வது சரிதானே மாது?" மறுபடியும் மாது சிரமப்பட்டுப் புன்னகைத்து, பிறகு சிரிக்கத் தொடங்கினான் "ஹி... ஹி... ஹி....". சுகந்தி ஒரு கையால் டர்பன் அணிந்துகொண்டிருந்தவனின் புகைப்படத்தை அகற்றி, மறு கையை, மாதுவின் படத்தை நோக்கி நீட்டினாள். அந்தக் கை தன்னை நோக்கி நீள்வது போல் நினைத்து மாது சுருங்கிப் போனான். ஒரு நொடியில் ஆணியோடு சேர்ந்து இரண்டு புகைப்படங்களும் அவள் கையில் இருந்தன. உரக்கச் சிரித்து அவள் சொன்னாள்: 'ஓ...!'. பிறகு இரண்டு படங்களையும் ஜன்னலுக்கு வெளியே விட்டெறிந்தாள். படங்கள் தரையோடு மோதி, கண்ணாடி தூளாகும் சத்தம் கேட்டு, மாது அவனுள் ஏதோ உடைந்து போனது போல் உணர்ந்தான். வலுக்கட்டாயமாகச் சிரிப்பை வரவழைத்துக்கொண்டு அவனால் சொல்லமுடிந்தது எல்லாம் இவ்வளவுதான்: "சரியாகச் செய்தாய் சுகந்தி. எனக்கும் அந்த படத்தைப் பிடிக்கவே இல்லை"

சுகந்தி மெதுவாக மாதுவை நோக்கி நகர்ந்து, "அந்தப் படத்தை உனக்கும் பிடிக்கவில்லை இல்லையா? நான் கேட்கிறேன், எவரேனும் உன்னை விரும்புவதற்கு உன்னிடம் என்ன இருக்கிறது. உன்னுடைய தடித்த இந்த மூக்கா, அல்லது முழுவதுமாக முடியைக் கொண்டிருக்கும் இந்த நெற்றியா... இந்த அகன்ற மூக்கு துவாரம்... நேராகப் பார்க்க முடியாத திருட்டுக் கண்கள், உன் மூச்சின் துர்நாற்றம், உன் உடம்பில் உள்ள அழுக்கு... உனக்கும் அந்தப் படத்தைப் பிடிக்கவில்லை, இல்லையா? 'ஓ...!' உனக்கு எப்படிப் பிடித்திருக்கும்... அது உன் எல்லாக் குறைகளையும் மறைத்திருந்தது... இப்போது உலகம் இப்படித்தான் இருக்கிறது... எவரெல்லாம் தங்களின் குறைகளை மறைக்கின்றார்களோ அவர்கள் எல்லோரும் தண்டிக்கப் படுவார்கள்..."

மாது பின்னுக்கு நகர்ந்தான். சுவரோடு அவன் முதுகு ஒட்டிக் கொண்டபின், குரலை உயர்த்தி, "இங்க பார் சுகந்தி, நீ உன் தொழிலை மறுபடியும் தொடங்கி விட்டாய் என்று நினைக்கிறேன். இப்போது நான் உனக்குக் கடைசி முறையாகச் சொல்கிறேன்..."

அதே தொனியில் சுகந்தி அவனின் பேச்சைத்தொடர்ந்தாள்:

"நீ மறுபடியும் உன் தொழிலைத் தொடங்கினால், நாம் நண்பர்களாக இருக்க முடியாது. இந்த அறைக்குள் எந்த ஆணாவது நுழைந்தால்,

நான் உன் தலைமுடியைப் பிடித்து இழுத்து வெளியே போடுவேன்... இந்த மாதத்திற்கான செலவுக்கு நான் புனே போய்ச் சேர்ந்தவுடன் பணம் அனுப்புகிறேன் - மணியார்டர் மூலமாக...." மாது பிரமித்துப் போய்க் கிடந்தான். சுகந்தி தொடர்ந்து பேசிக்கொண்டிருந்தாள். "நான் உன்னிடம் சொல்கிறேன், இந்த அறைக்கு வாடகை பதினைந்து ரூபாய். என்னுடைய கூலி பத்துரூபாய்... அதில் இரண்டரை ரூபாய் தரகருக்குப்போய்விடும் என்று உனக்குத் தெரியும். எனக்குக் கிடைப்பது ஏழரை ரூபாய். இந்த ஏழரை ரூபாய்க்கு, நான் உனக்குக் கொடுக்க முடியாததைக், கொடுப்பதாக உறுதியளிக்கிறேன். உன்னால் எடுத்துக்கொள்ள முடியாததை, எடுத்துக்கொள்ள நீ வந்திருக்கிறாய்... நம்மிடையேயான உறவு என்ன... எப்படிப் பார்த்தாலும் ஏதும் இல்லை. நம்மிடையே இந்தப் பத்து ரூபாய்தான் குலுங்கிக் கொண்டிருக்கிறது... அதனால் நாம் ஒன்று சேர்ந்தோம். உனக்கு நான் தேவை, எனக்கு நீ தேவை... முன்னர் பத்து ரூபாய் நமக்கிடையே குலுங்கிக்கொண்டிருந்தது... இப்போது ஐம்பது ரூபாய் குலுங்கிக் கொண்டிருக்கிறது. அது குலுங்கும் சத்தத்தை நீயும் கேட்கிறாய், நானும் கேட்கிறேன்... பார், உன் தலை எப்படிக் கலைந்திருக்கிறது..."

பிறகு சுகந்தி தன் விரல்களால், மாது அணிந்திருந்த தொப்பியை எடுத்து விட்டெறிந்தாள். இதை மாதுவால் ஏற்றுக்கொள்ள முடியவில்லை. அவன் அதிகாரத்தோடு, "சுகந்தி!" என்று கத்தினான். சுகந்தி அவனின் சட்டைப்பையிலிருந்து கைக்குட்டையை எடுத்து முகர்ந்து பார்த்து கீழே விட்டெறிந்தாள். "இந்தக் கந்தலைப் பார், என்ன துர்நாற்றத்தைக் கொடுக்கிறது... அதை எடுத்து வெளியே விட்டெறி..."

மாது கத்தினான்: "சுகந்தி!"

சுகந்தி கடுமையான குரலில், "என்ன இழவுக்குடா இங்க வந்த - தேவடியாபையா? உனக்கு ஐம்பது ரூபாய் கொடுக்க உன்னைப் பெற்றுப் போட்டவளா இங்கு இருக்கிறாள்? இல்லை நீ ரொம்ப அழகான, இளமையோடு ஆன வாலிபன் என்ற எண்ணத்தில், நான் உன் மீது காதல் கொண்டுள்ளேன் என்று நினைத்தாயா... பொறுக்கி, நீ என்னை அதிகாரம் செய்யப் பார்க்கிறாய். நான் என்ன உன் அடிமையா? பிச்சைக்கார நாயே, நீ உன்னை என்னவென்று நினைத்துக்கொண்டிருக்கிறாய்? நான் கேட்கிறேன், உன்னைப்பற்றி நீ என்னதான் நினைத்துக்கொண்டிருக்கிறாய். நீ என்ன பிக்பாக்கெட்டா இல்லை திருடனா?... இந்த நேரத்திற்கு ஏண்டா இங்கு வந்தாய்... நான் போலீசைக் கூப்பிடவா? புனேவில் வழக்கு இருக்கலாம், இல்லாமலும் போகலாம், ஆனால் நான் இங்கு ஒன்றைக் கொடுக்கிறேன்..."

மாது பயத்தால் உறைந்து போனான். அடங்கிய குரலில் அவனால் சொல்ல முடிந்தது எல்லாம் இதுதான்: "உனக்கு என்ன ஆயிற்று சுகந்தி"

"அதைக் கேட்க நீ யாருடா நாயே... இப்பவே வெளியே போ... இல்லை என்றால்"

இதுவரை காய்ந்து போன செருப்பில் தலைவைத்துத் தூங்கிக் கொண்டிருந்த சொறிநாய், சுகந்தி போட்ட சத்தத்தில் விழித்துக் கொண்டது. மாது பக்கம் திரும்பி குரைக்கத் தொடங்கியது. சுகந்தி உரக்கச் சிரிக்கத் தொடங்கினாள். மாது பெரும் அச்ச உணர்வு தன்னைப் பிடித்திருப்பதை உணர்ந்தான். அவனின் தொப்பியை எடுக்கக் குனிந்தான். சுகந்தி, "எடுக்காதே" என்று கர்ஜித்தாள். "அது அங்கேயே இருக்கட்டும். போ... நீ புனே போய்ச் சேர்ந்தவுடன், அதை மணியார்டரில் அனுப்பிவைக்கிறேன்" என்றாள். பிறகு பிரம்பு நாற்காலியில் உட்கார்ந்து மீண்டும் உரக்கச் சிரிக்கத் தொடங்கினாள். அவளின் சொறிபிடித்த நாய், குரைத்து மாதுவை அறையை விட்டு வெளியேற்றியது. பிறகு தன் வாலை ஆட்டிக்கொண்டு வந்த அது சுகந்தியின் காலடியில் அமர்ந்து, அவள் மீது தன் காதைத் தேய்க்கத் தொடங்கியது. சுகந்தி இந்த உலகிற்குத் திரும்பி வந்தாள். இது வரை அவள் அனுபவித்திராத மயான அமைதி அவள் அறையில் நிலவியது. எங்கும் வெறுமை சூழ்ந்திருப்பது போல - இரயில் தன் பயணிகளை எல்லோரையும் வெவ்வேறு நிறுத்தத்தில் இறக்கி விட்டு வெறுமையாய்

திரும்புவதுபோல, உணர்ந்தாள். சுகந்தி இந்த வெறுமையைத் தாங்கிக் கொள்ள முடியாது என்று நினைத்தாள். பிரம்பு நாற்காலியில் நீண்ட நேரம் அமர்ந்து, அந்த வெறுமையை அகற்ற முயற்சித்தாள். அவளால் முடியவில்லை. அவளின் மண்டையைப் பல எண்ணங்களால் நிரப்ப முயற்சித்தாள். ஆனால் அவை, குழாயில் போய்க் கொண்டிருப்பது போன்று ஒரு கணத்தில் உள்ளே நுழைந்து மறுகணத்தில் வெளியேறியது. அவளின் சிந்தனையை வேறு எதற்கும் திசை திருப்ப முடியாமல் போனபோது, தன் சொறிபிடித்த நாயை, எழுந்து அள்ளி எடுத்துக்கொண்டாள்.

கட்டிலில் அந்தச் சொறிபிடித்த நாய் அவள் அருகில் படுத்திருக்க அவள் உறங்கிப்போனாள்.

◉

திற!

அந்தச் சிறப்பு ரயில் அம்ரித்சரில் இருந்து மதியம் இரண்டு மணிக்குப் புறப்பட்டது. அது முகல்புராவை அடைய ஏறக்குறைய எட்டு மணி நேரம் எடுத்துக் கொண்டது. அதன் வழியில் பலர் கொல்லப்பட்டார்கள், மேலும் பலர் மோசமாகக் காயமுற்றார்கள், சிலர் திக்கற்றுப் போனார்கள்.

காலை சுமார் பத்து மணிக்கு, குளிர்ச்சியான மைதானத்தில் இருந்த முகாமில் சிராஜூதின் தன் கண்களைத் திறந்து பார்த்த போது - ஆண்கள், பெண்கள், குழந்தைகள் என்று திரண்டு எழும் கடலைப் போல, முடிவில்லா மனிதர்கள் கூட்டத்தைக் கண்டார். சிந்திப்பதற்கும் புரிந்து கொள்வதற்குமான அவரின் திறன், இந்த மக்கள் வெள்ளத்தைப் பார்த்தவுடன் மேலும் மோசமாய்ப் பாதிக்கப்பட்டது. அவர் சாம்பல் நிற வானத்தை நீண்ட நேரம் வெறித்துப் பார்த்துக்கொண்டிருந்தார். முகாமெங்கிலும் பெரும் சத்தங்கள் கேட்டுக்கொண்டே இருந்தது. ஆனால் வயதான சிராஜூதினின் காதுகள் அந்தச் சத்தங்கள் எதையும் உள்வாங்கிக் கொள்ளாமல் - செவிடானது போல, ஒதுக்கித்தள்ளியது. எவரேனும் அவரைப் பார்த்தால், அவர் மண்டையைப் பிளக்கும் கவலையில் ஏதோ மூழ்கியிருப்பதாக நினைத்துக் கொள்ளக்கூடும். ஆனால் அது அப்படி இல்லை. அவர் தன் உணர்வுகளை இழந்த நிலையில் இருந்தார். அவரின் சிந்தனைகள் மரத்துப்போய்க் கிடந்தது. அவரின் மொத்த இருப்பும் சூனியத்தில் இருந்தது.

எந்தக் காரணமும் இல்லாமல் சாம்பல் நிற வானத்தை வெறித்துப் பார்த்துக் கொண்டிருந்த சிராஜூதினின் கண்கள், திடீரென்று சூரியனில் நிலைத்தது. அதன் பிரகாசமான ஒளிக்கீற்று அவரின் இருப்பின் ஒவ்வொரு தசையிலும் ஊடுருவ அவர் விழித்துக்கொண்டது போல் உணர்ந்தார். அவரின் மூளைக்குள் நிறையக் காட்சிகள் ஒன்றன் பின் ஒன்றாக நகர்ந்து சென்றன; சூறையாடப்படுதல், தீ, குடிபெயர்தல்... இரயில் நிறுத்தம்... தோட்டாக்கள்... இரவு... ஷகினா... சிராஜூதின் உடனடியாக எழுந்து கொண்டு பைத்தியம் பிடித்தது போல, கடல் போல் சூழ்ந்திருந்த மனிதர்கள் கூட்டத்தில் ஊடுருவித் துழாவத் தொடங்கினார்.

முழுமையாக மூன்று மணிநேரம் முகாம் முழுக்க ‘ஷகினா... ஷகினா...’ என்று கூவிக்கொண்டே சுற்றி வந்தார். ஆனால் அவரால், இளம் பெண்ணான அவரின் ஒரே மகளின், சுவடைக் கூட காண முடியவில்லை. எங்கும் படுமோசமான குழப்பங்கள் நிலவியது. எவரோ தன்னுடைய குழந்தையைத் தேடிக்கொண்டிருந்தார், எவரோ தன்னுடைய தாயை, எவரோ தன்னுடைய மனைவியை, எவரோ தன்னுடைய மகளை... முழுவதுமாக அசதியுற்ற சிராஜுதீன் ஓர் ஓரமாய் உட்கார்ந்து கொண்டார். அவரின் நினைவுகளைப் பெரும் அழுத்தத்திற்கு உள்ளாக்கி, எங்கு எப்படி ஷகினா தன்னிடமிருந்து பிரிந்து போனாள் என்று சிந்திக்கத் தொடங்கினார். ஆனால் அவரின் சிந்தனை ஷகினா தாயின் இறந்த உடலோடு நின்றது - குடல் தனியே கிடக்க, அதன் அருகில் அவளின் உயிரற்ற உடல். அதற்கு மேல் அவரின் நினைவுகள் நகர மறுத்தது.

ஷகினாவின் தாய் இறந்து விட்டாள். சிராஜுதினின் கண்களுக்கு முன்பே அவள் தன் கடைசி மூச்சை விட்டாள். ஆனால் ஷகினா எங்கே? ஷகினாவைப் பற்றி இறந்துகொண்டிருந்த அவளின் தாய் கடைசியாய்ச் சொன்னது இதுதான் “என்னை விட்டு விடுங்கள்... ஷகினாவை அழைத்துக்கொண்டு வேகமாய் ஓடிப்போய் விடுங்கள்...”.

ஷகினா அவரோடுதான் இருந்தாள்... வெறும் காலோடு இருவரும் ஓடிக்கொண்டிருந்தார்கள். ஷகினாவின் துப்பட்டா கீழே விழுந்தது. அவர் நின்று அதை எடுக்கக் குனிந்தார். ஆனால் ஷகினா கத்தினாள், “அப்பாஜி, விட்டுத்தள்ளுங்கள்”. அவர் அணிந்திருந்த கோட்டில் உப்பிக்கிடந்த பகுதியைப் பார்த்தார். அதனுள் கையைவிட்டு ஒரு துணியை வெளியே எடுத்தார்... அது ஷகினாவின் துப்பட்டா... ஆனால் ஷகினா எங்கே?

சிராஜுதின் அசதியுற்ற மூளையை இன்னும் வருத்தி எடுத்தார். ஆனாலும் அவரால் ஒரு முடிவுக்கு வரமுடியவில்லை. இரயில் நிலையத்திற்கு அவரோடு ஷகினாவை அழைத்து வந்தாரா?... அவள் அவரோடு இரயிலில் ஏறினாளா? ...இரயில் வழியில் நின்று கலகக்காரர்கள் உள்ளே நுழைந்தபோது, அவர் மயங்கி விழுந்து ஷகினாவை அபகரித்துச் செல்ல சந்தர்ப்பத்தை ஏற்படுத்திக் கொடுத்தாரா?

சிராஜுதினின் மண்டைக்குள் கேள்விகள் மட்டுமே இருந்தது. எந்தப் பதிலும் இல்லை. அவருக்கு அனுதாபம் தேவைப்பட்டது. ஆனால் சுற்றியிருந்தவர்கள் எல்லோருக்கும் அனுதாபம் தேவைப் பட்டது. சிராஜுதினுக்கு அழ வேண்டும்போல் இருந்தது. ஆனால் அவரின் கண்கள் அவருக்கு உதவ மறுத்தன. அவரின் கண்ணீர் எப்படி வற்றிப்போனது என்று கடவுளுக்குத்தான் தெரியும்.

ஆறு நாட்கள் கழிந்தன. அவர் சற்று நிலையான தன்மையை அடைந்தவுடன், அவருக்கு உதவத் தயாராக இருந்த சிலரைச் சந்தித்தார்... அவர்கள் மொத்தம் எட்டு பேர் - வாலிபர்கள். அவர்களிடம் ஒரு லாரியும் சில துப்பாக்கிகளும் இருந்தன. சிராஜூதின் அவர்களை வாழ்த்திவிட்டு, ஷகினா எப்படி இருப்பாள் என்று விளக்கிச் சொன்னார். "அவள் நல்ல நிறத்தில் ரொம்ப அழகாக இருப்பாள்... அவளின் அம்மாவைக் கொண்டிருந்தாள், என்னைப்போல் இல்லை... அவளுக்குச் சுமார் பதினேழு வயது... அவள் பெரிய கண்களையும், கறுத்த முடியையும் கொண்டிருந்தாள்... வலது கன்னத்தில் அவளுக்குப் பெரிய மச்சம் இருந்தது... அவள் என்னுடைய ஒரே மகள்... தயவு செய்து அவளைக் கண்டுபிடித்துக் கொடுங்கள்... கடவுள் உங்களைக் காப்பாற்றட்டும்..."

இளம் சமூகச் சேவகர்கள், வயதான சிராஜூதினிடம் பெரும் உணர்ச்சிப் பெருக்கோடு, அவர் மகள் உயிரோடு இருந்தால் நிச்சயமாக ஓரிரு நாட்களில் அவரிடம் வந்து சேருவாள் என்று நம்பிக்கை கொடுத்தார்கள்.

அந்த எட்டு வாலிபர்களும் முயற்சித்தார்கள். உயிரைப் பணயமாக வைத்து அவர்கள் அம்ரித்சர் போய்ச் சேர்ந்தார்கள். பெண்கள், ஆண்கள், குழந்தைகள் என்று பலர் பாதுகாப்பான இடத்திற்கு அவர்களால் கொண்டு சேர்க்கப்பட்டார்கள். பத்து நாட்கள் கடந்து போயிற்று. ஆனாலும் அவர்களால் ஷகினாவைக் கண்டுபிடிக்க முடியவில்லை.

ஒரு நாள் அவர்கள் லாரியில் அம்ரித்சரை நோக்கி மீட்புப் பணிக்காகப் போய்க்கொண்டிருந்தார்கள். சிஹார்த்தா அருகில் ஒரு பெண்ணைத் தெரு ஓரமாகப் பார்த்தார்கள். லாரியின் சத்தம் கேட்டு, மிரண்டு போன அந்தப் பெண் ஓடத் தொடங்கினாள். சமூக சேவகர்கள் லாரியை நிறுத்தி, அந்தப் பெண் பின்னால் ஓடினார்கள். பிறகு, அவளை வயல்காட்டில் பிடித்தார்கள். அவள் மிக அழகாக இருந்தாள். அவளின் வலது கன்னத்தில் பெரிய மச்சம் ஒன்று இருந்தது. வாலிபர்கள் கூட்டத்தில் ஒருவன் அவளிடம், "பயப்படாதே... உன்பெயர் ஷகினாதானே" என்றான்.

அந்தப் பெண் வெளிறிப்போனாள். அவள் பதிலேதும் சொல்லவில்லை... அவள் பாதுகாப்பாய் இருக்கிறாள் என்று இளைஞர்கள் நம்பிக்கை கொடுத்த பிறகு, அவளின் அச்சம் சற்றே தணிய, தான் சிராஜூதினின் மகள் ஷகினா தான் என்று ஒத்துக்கொண்டாள்.

அந்த எட்டு வாலிபர்கள், ஷகினாவைச் சந்தோசப்படுத்த பல வழிகளில் முயற்சித்தார்கள். சாப்பிடுவதற்கு உணவு கொடுத்தார்கள்.

குடிப்பதற்குப் பால் கொடுத்தார்கள். பிறகு அவளை லாரியில் ஏற்றினார்கள். அவள், தன்னுடைய துப்பட்டா இல்லாததால் சுயப்பிரக்ஞையோடு திரும்பத் திரும்பத் தன்னுடைய மார்பகங்களை அவளுடைய கைகளால் மறைத்துக்கொள்ள முயற்சித்துக்கொண்டே இருந்தாள். ஒருவன் தன்னுடைய கோட்டை அவளுக்குக் கொடுக்க முன்வந்தான்.

பல நாட்கள் கடந்தது... சிராஜூதினுக்கு ஷகினா பற்றி எந்தச் செய்தியும் கிடைக்கவில்லை. அவர் நாள் முழுக்க பல முகாம்களுக்கும் அலுவலகங்களுக்கும் அலைந்துகொண்டே இருந்தார். எங்கும் அவரின் மகள் பற்றிய செய்தி, கிடைக்கவில்லை. ஷகினா உயிரோடு இருந்தால் நிச்சயம் ஓரிரு நாட்களில் கண்டுபிடித்துவிடுவோம் என்று நம்பிக்கைக் கொடுத்த அந்தச் சமூகச் சேவகர்கள் வெற்றியடைய இரவில் பிரார்த்தனை செய்தார்.

ஒரு நாள் சிராஜூதின், இளம் சமூகச் சேவகர்களை முகாமில் பார்த்தார். அவர்கள் லாரியில் அமர்ந்திருந்தார்கள். சிராஜூதின் அவர்களை நோக்கி ஓடினார். லாரி கிளம்பப் போன சமயத்தில் அவர்களிடம் “குழந்தைகளா, என் மகள் பற்றி ஏதாவது செய்தி உண்டா?” என்று கேட்டார்.

எல்லோரும் ஒத்த குரலில் “வருவாள்... வருவாள்...” என்றார்கள். லாரி நகரத் தொடங்கியது.

சிராஜூதின் மீண்டும் அந்த வாலிபர்கள் வெற்றிபெற பிரார்த்தனை செய்தார். அவர் இப்போது மிகவும் இலகுவாக உணர்ந்தார்.

ஒரு மாலை நேரத்தில், சிராஜூதின் அமர்ந்திருந்ததற்கு அருகில் ஏதோ குழப்பம் நடந்தது. நான்கு பேர் எதையோ தூக்கி வந்தார்கள்... விசாரித்ததில் இரயில் தண்டவாளத்திற்கு அருகில் ஓர் இளம் பெண் மயங்கிக் கிடந்ததாகவும் அவளைத் தூக்கி வருகிறார்கள் என்றும் தெரிந்தது. சிராஜூதின் அவர்களைப் பின்தொடரத் தொடங்கினார். தூக்கி வந்தவர்கள் அந்தப் பெண்ணை மருத்துவமனை அதிகாரிகளிடம் கொடுத்து விட்டுச் சென்றார்கள்.

சற்று நேரம் மருத்துவமனைக்கு வெளியே இருந்த ஒரு மரக்கம்பில் சாய்ந்து கொண்டு சிராஜூதின் சிந்தித்துக் கொண்டிருந்தார். பிறகு மருத்துவமனைக்குள் போகத் தொடங்கினார். அந்த அறையில் எவரும் இல்லை. ஸ்டிரெச்சர் மட்டுமே கிடந்தது. அதில் ஓர் உயிரற்ற உடல் கிடந்தது. சிறு அடிகள் எடுத்து வைத்து சிராஜூதின் அதனை நோக்கி நகர்ந்தார். திடீரென்று அறையில் வெளிச்சம் பாய்ந்தது. சிராஜூதின் அந்த உயிரற்ற உடலில், சாம்பல் நிறத்திற்கு மாறியிருந்த

முகத்தில் பிரகாசமான மச்சத்தைப் பார்த்தார். அவர் வீரிட்டார்: "ஷகினா!"

விளக்கைப் போட்ட டாக்டர் சிராஜுத்தினைப் பார்த்து, "உங்களுக்கு என்ன வேண்டும்" என்றார்.

சிராஜுத்தினால் இதை மட்டுமே சொல்லமுடிந்தது: "ஐயா... ஐயா.. நான் அவளைப் பெற்றவன்"

டாக்டர் ஸ்டிரெச்சரில் கிடந்த அந்த உடலைப் பார்த்து, அதன் நாடித்துடிப்பைப் பரிசோதித்தார். பிறகு சிராஜுத்தினிடம் ஜன்னலைக் காண்பித்துச் சொன்னார், "திற!".

ஸ்டிரெச்சரில் இருந்த உடல் சில அசைவுகளைக் காட்டியது.

செயலற்றுக் கிடந்த அதன் கைகள், இடுப்பில் கட்டியிருந்த நாடாவை அவிழ்த்தது.

பிறகு சல்வாரைக் கீழே இறக்கி விட்டது.

"உயிரோடு இருக்கிறாள்... என் மகள் உயிரோடு இருக்கிறாள்" என்று சிராஜுத்தின் சந்தோசத்தில் கத்தினார்.

அவளையே பார்த்து நின்று கொண்டிருந்த டாக்டருக்கு உச்சந் தலையிலிருந்து உள்ளங்கால் வரை வியர்த்துக் கொட்டியது.

◉

சஹாய்

"ஒரு லட்சம் இந்துக்களும் ஒரு லட்சம் முஸ்லீம்களும் இறந்து போனார்கள் என்று சொல்லாதீர்கள். இரண்டு லட்சம் மனிதர்கள் இறந்து போனார்கள் என்று சொல்லுங்கள். இரண்டு லட்சம் மனிதர்கள் மரணம் கொண்டதில் துயரம் கொள்வதற்கு ஏதும் இல்லை. உண்மையில் துயரம் கொள்ளவைப்பது எதுவென்றால் கொல்லப்பட்டவர்களும் கொலை செய்தவர்களும் ஒரே வகையைச் சேர்ந்தவர்கள் தான். ஒரு லட்சம் இந்துக்களைக் கொன்றதின் மூலம் இந்து மதத்தை ஒழித்து விட்டதாக இஸ்லாமியர்கள் நினைத்துக் கொண்டு இருப்பார்கள். ஆனால் அந்த மதம் இன்னும் உயிரோடு இருக்கிறது. உயிரோடுதான் இருக்கும். அது போலவே ஒரு லட்சம் இஸ்லாமியர்களைக் கொன்றதின் மூலம் இஸ்லாம் மதத்தை ஒழித்து விட்டதாக இந்துக்கள் பெரும் மகிழ்ச்சியில் நடனமாடிக் கொண்டிருக்கலாம். ஆனால் உண்மை உங்களுக்கு முன்னால் இருக்கிறது. இஸ்லாம் மதத்தின் மீது ஒரு சின்ன சிராய்ப்பைக் கூட ஏற்படுத்த முடியவில்லை. துப்பாக்கிகளால் மதத்தை ஒழித்து விடலாம் என்று நினைப்பவர்கள் முட்டாள்கள். மஸாப், தீன், இமான், தர்மா, நம்பிக்கை - இவையெல்லாம் மனிதனின் உடலில் இல்லை ஆன்மாவில் இருக்கிறது. இவற்றைக் கொலைக்காரர்களின் கத்திகளாலும், வாள்களாலும், தோட்டாக்களாலும் ஒழித்துக் கட்டமுடியாது".

மும்தாஜ் அன்று வழக்கத்திற்கு மாறாக மிகவும் உணர்ச்சிவசப் பட்ட நிலையில் இருந்தான். அவனைக் கப்பலில் அனுப்பிவைக்க நாங்கள் மூவர் மட்டுமே வந்திருந்தோம். மீண்டும் எப்போது சந்திப்போம் என்ற கேள்விக்கு விடைதெரியாமல் எங்களை விட்டுப் பிரிந்து செல்கிறான். அவன் பாகிஸ்தான் நோக்கிப் புறப்பட்டு விட்டான் - பாகிஸ்தான் உருவாகும் என்று நாங்கள் கனவில் கூட நினைத்து பார்த்தது கிடையாது.

நாங்கள் மூவரும் இந்துக்கள். வடக்கு பஞ்சாபில் எங்களின் உறவினர்களின் பொருட்களும் உயிர்களும் சூறையாடப்பட்டு பெரும் நஷ்டத்தை எதிர் கொள்ள வேண்டியிருந்தது... ஜுகலுக்கு, லாகூர் மதக்கலவரத்தில் அவனின் மாமா கொல்லப்பட்டதாகக் கடிதம் வந்ததிலிருந்து துயரத்தில் பாதிக்கப்பட்டிருந்தான். அந்தத் துயரச் செய்தியின் தாக்குதல் இருந்த போதே, மிகவும் சாதாரணமாக

மும்தாஜிடம், "நம்முடைய பகுதியில் கலவரம் தோன்றினால் நான் என்ன செய்வேன் என்று எனக்குத் தெரியவில்லை" என்று சொல்லி இருக்கிறான்.

"சரி நீ என்ன செய்வாய்?" என்று மும்தாஜ் கேட்டான்.

"நான் உன்னையும் கொலை செய்யக்கக்கூடும்" என்றான் ஜுகல் அழுத்தமாக.

மும்தாஜ் அமைதியானான். மரணம் கொண்டது போல அமைதி யானான். அவனின் இந்த மௌனம் எட்டு நாட்களுக்கு அவனோடு இருந்தது. அவன் கராச்சிக்கு கப்பல் மூலமாகப் கிளம்பிப் போவதாகவும், அதுவும் மதியம் மூன்றே முக்கால் மணிக்குக் கிளம்பிப்போவதாக அறிவித்த போதுதான் அவனின் மௌனம் கலைந்தது.

நாங்கள் மூவரும் அவனின் இந்த முடிவைப் பற்றி அவனிடம் ஏதும் பேசவில்லை. மும்தாஜ் கிளம்பிப்போவதற்கான காரணத்தை ஜுகல் முழுக்க உணர்ந்திருந்தான். 'நான் உன்னையும் கொலை செய்திருக்கக்கூடும்' என்று அவன் சொன்னதுதான் காரணம். ஒரு வேளை தன்னுடைய உடன்பிறவா சகோதரனாக இருந்த மும்தாஜைக் கொலை செய்யும் அளவிற்குத் துணிச்சலைப் பெற்றிருக்க முடியுமா என்று அவன் சிந்தித்துக் கொண்டிருக்கலாம். இதனால் தான் எங்கள் மூவரில் ஜுகல் மட்டுமே மிகவும் அமைதியாக இருந்தான். ஆனால் மிகவும் விசித்திரமாகக் கிளம்புவதற்குச் சிலமணிநேரங்களே இருந்த போது மும்தாஜ் நிறைய பேசிக்கொண்டே இருந்தான்.

அவன் காலையில் எழுந்து கொண்டது முதல் குடிக்கத் தொடங்கி விட்டான். ஏதோ விடுமுறைக்குப் போவது போல தன் பெட்டிகளைக் கட்டத் தொடங்கினான். அவன் ஏதோ சொல்ல ஆரம்பித்து, காரணமே இல்லாமல் சிரிக்கத்தொடங்கிவிடுவான். அறிமுகமில்லாதவர் யாரேனும் பார்த்திருந்தால் பம்பாயை விட்டு கிளம்புவதற்குச் சந்தர்ப்பம் கிடைத்ததில் அவன் பெரும் மகிழ்ச்சி கொண்டிருக்கிறான் என்றே நினைத்துக் கொண்டிருக்கக் கூடும். ஆனால், தன்னையும் எங்களையும் ஏமாற்ற அவன் இதையெல்லாம் செய்து கொண்டிருக்கிறான் என்று எங்கள் மூவருக்கும் மிக நன்றாகத் தெரியும்.

இப்படித் திடீரென்று அவன் கிளம்பிப்போகும் அவனின் முடிவைப் பற்றி நிறைய பேசவேண்டும் என்று நினைத்தேன். ஜுகல்தான் இந்த விசயத்தைத் தொடங்க வேண்டும் என்று அவனிடம் குறிப்பால் உணர்த்தினேன். ஆனால் மும்தாஜ் எங்களுக்குச் சந்தர்ப்பம் ஏதும் கொடுக்கவில்லை.

மூன்று நான்கு சுற்று குடித்தவுடன், ஜுகல் மேலும் அமைதியாகி அடுத்த அறைக்குச் சென்று படுத்துக் கொண்டான். நானும் பிரிஜ் மோகனும் மும்தாஜுடன் இருந்தோம். அவன் நிறைய பணபாக்கிகளைக் கொடுக்க வேண்டியிருந்தது. டாக்டருக்குப் பணம் கொடுக்க வேண்டியிருந்தது. சலவைக்கடையிலிருந்து துணிகளை வாங்கி வரவேண்டியிருந்தது. இதை எல்லாம் அவன் புன்னகைத்தபடியே செய்து கொண்டிருந்தான். ஆனால் ஹோட்டலுக்கு அடுத்தாற் போலிருந்த பெட்டிக் கடையில் வெற்றிலை வாங்கியபோது அவனால் கண்ணீரை அடக்கிக் கொள்ள முடியவில்லை. கடையை விட்டுச் சற்று தூரம் கடந்த பிறகு பிரிஜ் மோகன் தோளில் கையைப் போட்டு, மிக மென்மையாக, "உனக்கு நினைவிருக்கிறதா பிரிஜ், பத்து வருடங்களுக்கு முன் நம்மிடம் சல்லிக் காசு இல்லாத போது கோவிந்த் ஒரு ரூபாயைக் கடனாகக் கொடுத்தான்" என்றான்.

பிறகு வீடு வந்து சேரும் வரை மும்தாஜ் அமைதியாக இருந்தான். ஆனால் வீட்டிற்குத் திரும்பியவுடன் மீண்டும் தொண தொண வென்று உளறிக் கொண்டிருந்தான். அவன் பேசிய விஷயங்களுக்குத் தலையுமில்லை வாலுமில்லை. ஆனாலும் அவன் பேசியதெல்லாம் அவ்வளவு அன்யோன்யமாக இருந்ததால் நானும் பிரிஜும் அந்த உரையாடலில் கலந்து கொண்டோம். கிளம்பும் நேரம் வந்த போது ஜுகலும் சேர்ந்து கொண்டான். டாக்ஸி துறைமுகத்தை நோக்கி நகரத் தொடங்கிய போது, எங்கள் எல்லோரிடமும் பெரும் அமைதி நிலவியது.

மும்தாஜின் கண்கள் பம்பாயின் மிகப்பெரிய செழிப்பான பஜார்களுக்கு விடைகொடுத்துக்கொண்டிருந்தன. டாக்ஸி போக வேண்டிய இடத்தை அடைந்தது. அங்குக் கூட்டம் அலை

மோதிக் கொண்டிருந்தது. அகதிகள் ஆயிரக்கணக்கில் போய்க் கொண்டிருந்தார்கள். அதில் வெகு சிலரே செல்வந்தர்களாக இருந்தார்கள். பெரும்பாலானோர் ஏழைகள். இவ்வளவு கூட்டம் இருந்த போதிலும் மும்தாஜ் மட்டுமே போவது போலவும் - அதுவும் முன்பின் அறியாத ஏதோவோர் இடத்திற்கு எங்களை எல்லாம் விட்டு விட்டு, தன்னுடையது என்று ஏற்றுக்கொண்ட ஓர் இடத்திற்குப் போகிறான் என்றாலும், அவன் அங்கும் அந்நியனாகவே தான் இருப்பான் என்று நினைத்தேன். இவையெல்லாம் என்னுடைய அனுமானங்கள். மும்தாஜ் என்ன நினைத்துக் கொண்டிருக்கிறான் என்று எனக்குத் தெரியாது.

அவனுடைய பெட்டிகள் எல்லாம் கேபினுக்குள் எடுத்து வைக்கப்பட்ட பிறகு, மும்தாஜ் கப்பல் தளத்தில் ஒரு ஓரமாய் எங்களை அழைத்துச் சென்றான். அங்கிருந்து கடலும் வானமும்

சந்தித்துக்கொள்வதைக் காண முடிந்தது. இந்தக் காட்சியை மும்தாஜ் நீண்ட நேரம் பார்த்துக் கொண்டு நின்றான். பிறகு ஜுகலின் கையைப் பிடித்து தன்னுடைய கையோடு சேர்த்துக் கொண்டு, “இந்தத் தோற்றம் மாயை தான் - இந்தக் கடலும் வானமும் சந்தித்துக் கொள்வது. ஆனால் இந்த மாயைத் தோற்றத்தில் தான் எவ்வளவு அழகிருக்கிறது - அந்தச் சந்திப்பு!”

ஜுகல் அமைதியாக இருந்தான். ஒருவேளை அவன் மும்தாஜிடம் ‘நான் உன்னைக் கொலை செய்திருக்கக் கூடும்’ என்று சொன்னது அவனை இன்னும் குத்திக்கொண்டு இருக்கலாம்.

காலையில் இருந்து பிராந்தி குடித்துக்கொண்டிருப்பதால் கப்பலில் இருந்த பாரில் பிராந்திக்குச் சொல்லி அனுப்பினான். கண்ணாடித் தம்ளரைப் பிடித்தபடி நாங்கள் நால்வரும் இரும்புக் கம்பி தடுப்புக்குப் பக்கத்தில் நின்று கொண்டிருந்தோம். அகதிகள் கூட்டம் கூட்டமாய் கப்பலில் ஏறிக்கொண்டிருந்தார்கள். ஏறக்குறைய அமைதியாக இருந்த கடலில் பறவைகள் சிறகடித்துப் பறந்து கொண்டிருந்தன.

ஜுகல் தன்னுடைய சுற்றை ஒரே மடக்கில் குடித்து விட்டு மும்தாஜிடம் மிகவும் தடுமாற்றம் கொண்டு, “என்னை மன்னித்து விடு மும்தாஜ், அன்று நான் உன்னைக் காயப்படுத்திவிட்டேன் என்று நினைக்கிறேன்” என்றான்.

மும்தாஜ் சற்று நேர மௌனத்திற்குப் பிறகு ஜுகலிடம், “அன்று நீ, ‘நான் உன்னையும் கொலை செய்திருக்கக் கூடும்’ என்று சொன்ன போது உண்மையில் நீ சொல்ல விரும்பியதைத்தான் உன் வார்த்தைகள் வெளிப்படுத்தியதா? நிதானமாய்ச் சிந்தித்துத் தான்

நீ இந்த முடிவுக்கு வந்தாயா?” என்று கேட்டான். ஜுகல் ஆமோதிப்பது போல் தலையசைத்து, “ஆனால் நான் மிகவும் வருத்தப்படுகிறேன்” என்றான். “நீ என்னைக் கொலை செய்திருந் தால் இன்னும் மோசமாக வருத்தப்பட்டிருப்பாய்” என்றான் மும்தாஜ் ஏதோ தத்துவம் பேசுவது போல. “ஆனால் நீ இந்த விஷயத்தைப் பற்றி மிகக் கவனமாகச் சிந்தித்துப் பார்த்திருந்தால் ஒன்றை உணர்ந்திருப்பாய். நீ கொலை செய்தது உன்னுடைய நண்பன் மும்தாஜோ அல்லது ஒரு முஸ்லீம் மும்தாஜோ இல்லை. மும்தாஜ் என்ற மனிதனை. அவன் ஒரு பொறுக்கி என்றால்

நீ கொன்றது அந்தப் பொறுக்கித்தனத்தை இல்லை ஒரு மனிதனைத்தான். அவன் ஒரு முஸ்லீம் என்றால் நீ அவன் மதத்தைக் கொலை செய்யவில்லை. அவனைத்தான் அழித்திருக்கிறாய். அவனின் உயிரற்ற உடல் முஸ்லீம்கள் கையில் கிடைத்திருந்தால் சுடுகாட்டில்

மேலும் ஒரு சமாதி உருவாகியிருக்கும் ஆனால் இந்த உலகம் ஒரு மனிதனை இழந்திருக்கும்''

குடிப்பதற்காகச் சற்று நேரம் நிறுத்தி மீண்டும் பேச்சைத் தொடர்ந்தான், "என்னுடைய மதத்தைச் சேர்ந்தவர்கள் என்னைத் தியாகி என்றுகூட சொல்லியிருக்கக் கூடும் ஆனால் கடவுள் மீது ஆணையாகச் சொல்கிறேன் முடிந்தால் என்னுடைய கல்லறையை உடைத்து வெளியே வந்து, 'எனக்கு இந்தக் கௌரவம் தேவையில்லை நான் தேர்வு எதுவும் எழுதி தேர்ச்சி பெறாத இந்தப் பட்டம் எனக்கு அவசியமில்லை...' என்று கத்தியிருக்கக் கூடும். சில முஸ்லீம்கள் உன்னுடைய மாமாவைக் லாகூரில் கொன்றார்கள். அந்தச் செய்தியை நீ பம்பாயில் தெரிந்து கொண்டு என்னைக் கொலை செய்கிறாய். சொல்லு, எத்தகைய மெடல்களுக்கு நீயும் நானும் தகுதியுடையவர்களாகிறோம். அப்புறம் லாகூரில் உன்னுடைய மாமாவும் அவரைக் கொலை செய்த முஸ்லீம்களும் எத்தகைய கௌரவங்களுக்குத் தகுதியுடையவர்களாகிறார்கள். என்னால் இதைத்தான் சொல்லமுடியும் - செத்தவர்கள் நாய்போல செத்தார்கள். கொலை செய்கிறவர்கள் எந்தக் காரணமும் இல்லாமல் அப்பாவி மக்களின் இரத்தத்தைச் சிந்தியவர்கள் ஆகிறார்கள்.''

மும்தாஜ் பேசிக்கொண்டிருக்கும் போது மிகவும் உணர்ச்சிவசப் பட்ட நிலையில் இருந்தான். ஆனாலும் பொங்கிய அந்த உணர்வுகள் அன்யோன்யமாகவும் நட்புணர்வோடும் இருந்தது. மதம் நம்பிக்கை எல்லாம் நம்முடைய உடலில் இல்லை. அதைக் கத்தி கொண்டோ, வாள் கொண்டோ, தோட்டாக்கள் கொண்டோ அழிக்க முடியாது என்று அவன் சொன்னது என்னை மிகவும் பாதித்தது. நான் அவனிடம், "நீ சொன்னது சரிதான் மும்தாஜ்'' என்று சொன்னேன்.

இதைக் கேட்டவுடன் தன்னுடைய சிந்தனைகளில் தன்னைத் தொலைத்து விட்டது போல மும்தாஜ் காணப்பட்டான். பிறகு சற்று பட படப்போடு, "இல்லை அது சரியானது என்று நான் சொல்ல மாட்டேன். அதில் உண்மையிருக்கலாம் ஆனால் நான் சொல்ல விருப்பப்பட்டதைச் சரியாகச் சொல்லவில்லை என்றே நினைக் கிறேன். மதம் என்று நான் சொன்னது நம்மில் 93 சதவீதம் பேர் அவதிப்பட்டுக்கொண்டிருக்கும் மதத்தை நான் சொல்லவில்லை. நான் அதை எப்படிப் புரிந்து கொண்டிருக்கிறேன் என்றால் இந்தப் பூமியில் உள்ள எல்லா உயிரினங்களிலும் மனிதனைப் பிரித்துக் காட்டக்கூடியதை - எது மனிதனை மனிதனாக்குகிறதோ அதாவது உண்மையான மனிதனாக்குகிறதோ, அதைத்தான் சொல்கிறேன். ஆனால் நான் அதை என் உள்ளங்கையில் வைத்துச் சுற்றிலும் காட்டமுடியாது'' என்றான்.

இதை அவன் சொன்ன போது, தன்னுள் எதையோ தேடிக் கொண்டிருப்பவன் போல, அவனின் கண்களில் ஒரு மின்னல் தோன்றி மறைந்தது. "அவனிடம் அப்படி என்ன விஷேசம் இருக்கிறது?" என்று கேட்டுவிட்டு, "அவன் மத நம்பிக்கைகள் கொண்ட ஓர் இந்து அவனின் தொழில் மிகக் கேவலமானது. இதை எல்லாம் மீறி அவனின் இதயம் எவ்வளவு நேர்மையானதாகவும் பரிசுத்தமானதாகவும் இருந்தது." என்றான்.

நான் கேட்டேன், "யாருடைய இதயம்?".

"ஒரு காமத்தரகனுடையது" என்று பதில் தந்தான். நாங்கள் மூவரும் மிகவும் ஆச்சர்யப்பட்டுப் போனோம். ஆனால் மும்தாஜ் இதைச் சொன்ன முறையில் எந்தப் போலித்தனமும் இல்லாமல் இருப்பதை உணர்ந்து, "பெண்களைக் கூட்டிக்கொடுப்பவனின் இதயமா?" என்று தீர்மானமாகக் கேட்டேன். மும்தாஜ் தலையசைத்து, "அந்த மனிதனை நினைத்து நான் ஆச்சர்யப் படுகிறேன். அதுவும் இந்த உலகத்தின் கண்களுக்கு அவன் காமத் தரகன் - பெண்களைக் கூட்டிக்கொடுப்பவன் என்ற விஷயம் என்னை மேலும் ஆச்சரியப்பட வைக்கிறது. ஆனால் அவனின் இதயம் தங்கம் போல் இருந்தது" என்றான்.

தன்னுடைய பழைய நினைவுகளைத் தட்டி எழுப்ப நினைப்பது போல சற்றுநேரம் அமைதியாக இருந்தான். சிலநிமிடங்கள் கழித்து அவன் மறுபடியும் பேசத் தொடங்கினான், "என்னால் அவனுடைய முழு பெயரையும் நினைவில் கொண்டுவர முடியவில்லை. ஆனால் அவன் ஏதோ ஒரு சஹாய். பனாரஸைச் சேர்ந்தவன். சுத்தமாய் இருப்பதில் ரொம்ப குறியாய் இருந்தான். அவன் இருந்த இடம் மிகவும் சிறியதாக இருந்தது என்றாலும் அதை மிக அழகாகக் கட்டம் போட்டு பிரித்தது போல அமைத்திருந்தான். திரைச் சீலைகள் தொங்க விடுவதற்குப் போதுமான ஏற்பாடுகள் செய்திருந்தான். அங்கு கட்டில்களோ மெத்தைகளோ கிடையாது. ஆனால் பாய்களும் தலையணைகளும் இருந்தன. படுக்கை விரிப்புகளும் தலையணை உறைகளும் மிகச் சுத்தமாக இருந்தன. அங்கு வேலைக்காரன் ஒருவன் இருந்தான் என்றாலும் எல்லா வற்றையும் அவனே சுத்தம் செய்தான். சுத்தம் செய்வது மட்டுமல்ல எல்லா வேலைகளையும் அவனே செய்து வந்தான். கடினமான சூழ்நிலையில் இருந்து எப்போதும் அவன் ஓடிப்போனதே கிடையாது. ஏமாற்றுவது என்பது அவனை மீறிய விஷயம். அது பின்னிரவாக இருந்து தண்ணீரோடு கலக்கப்பட்ட மதுதான் கிடைக்கும் என்று அவனுக்குத் தெரிந்திருந்தால், பணத்தை இது போன்ற மதுபானங்களில் செலவு செய்யக்கூடாது என்று வெளிப்படையாகச் சொல்லிவிடுவான். ஒரு பெண் பற்றி ஏதேனும் சந்தேகம் இருந்தால் அந்த விஷயத்தை மறைக்க மாட்டான்.

இதையெல்லாம் விட, இந்த மூன்று வருடங்களில் ஏறக்குறைய இருபதாயிரம் ரூபாய் சம்பாதித்து விட்டதாகவும் பொதுவாக வாடிக்கையாளரிடம் பேசும் பணத்தில் 25 சதவீதம் அவனின் பங்கு என்றும் என்னிடம் சொல்லியிருந்தான். மேலும் பத்தாயிரம் ரூபாய் எப்படியாவது சேர்த்துவிடவேண்டும் என்றும் சொல்லியிருந்தான். ஏன் பத்துக்கும் மேல் சேர்க்கக்கூடாதா என்று கேட்டதற்கு இந்த முப்பதாயிரம் ரூபாயைக் கொண்டு பனாரஸில் துணிக்கடை ஒன்று வைக்கப்போவதாகப் பதில் தந்தான். அவன் ஏன் துணிக்கடை வைப்பதில் குறியாக இருந்தான் என்று என்னால் சொல்ல முடியாது".

நான் இதைக் கேட்டவுடன் என்னால் தவிர்க்க முடியாமல், "என்ன விசித்திரமான மனிதன்" என்றேன்.

மும்தாஜ் தொடர்ந்தான், "அவன் சரியான ஏமாற்றுக்காரன் என்றும் ஏதோ நூல் சுற்றிக்கொண்டும் இருக்கிறான் என்றும் நினைத்தேன். வியாபாரத்தில் ஈடுபட்ட பெண்களின் எதிர்பார்பை எல்லாம் மீறி ஒவ்வொருத்தியின் பெயரிலும் தபால் நிலையத்தில் ஒரு சேமிப்புக் கணக்கை உருவாக்கி, அதில் அவர்களின் பணத்தைப் போட்டு வந்தான் என்றால் யாரால் நம்பமுடியும். அதே அளவிற்குப் பத்துப் பன்னிரெண்டு பெண்களுக்கு அவர்களின் அன்றாடச் செலவுகளுக்கு அவனே பணம் கொடுத்துக் கொண்டு இருந்தான் என்பதும் நம்பமுடியாமல் தான் இருந்தது. அவனை குறித்த எல்லாமே செயற்கைத்தனமாக இருப்பது போல் உணர்ந்தேன். ஒரு நாள் நான் அவனைப் பார்க்க சென்றிருந்த போது அவன், "அமினாவும், சகினாவும் இன்று வெளியே போயிருக்கிறார்கள் ஒவ்வொரு வாரமும் ஒருநாள் நான் அவர்களை வெளியே போய் ஹோட்டலில் கறி சாப்பிட்டு வர அனுமதிக்கிறேன். உனக்குத்தான் தெரியுமே. இங்கு எல்லாம் சைவம்தான்" என்றான். நான் புன்னகைத்து மற்றொரு பெரிய புருடாவை என்மீது விட்டெறி கிறான் என்று நினைத்துக் கொண்டேன். சில நாட்கள் கழித்து அகமதாபாத்தில் இருந்து வந்த பெண் ஒருத்தி, அவளின் வாடிக்கையாளன் ஒருவனைத் திருமணம் செய்து கொண்டதாகவும், லாகூரில் இருந்து கடிதம் எழுதியிருப்பதாகவும், அதில் அவளுக்காக அவள் செய்த பிரார்த்தனைகள் வேண்டியதைக் கொடுத்து விட்டதாகவும் இப்போது அவன் முப்பதாயிரம் ரூபாய் சேர்த்துக் கொண்டு பனாரஸில் துணிக்கடை வைப்பதற்காகப் பிரார்த்தனை செய்து கொண்டிருப் பதாகவும் எழுதியிருப்பதாகச் சொன்னான். என்னால் என் சிரிப்பை அடக்கிக் கொள்ள முடியவில்லை. நான் முஸ்லீம் என்பதால் என்னைச் சந்தோஷப்படுத்த இப்படியெல்லாம் சொல்கிறான் என்று நினைத்துக் கொண்டேன்" என்றான்.

நான் மும்தாஜிடம், "நீ தவறாகப் புரிந்து கொண்டிருந்தாயா?" என்று கேட்டேன்.

"கண்டிப்பாக" என்று சொன்ன மும்தாஜ் மேலும் தொடர்ந்தான். "அவனின் வார்த்தைகளும் செயல்களும் எப்போதும் ஒன்றுபோல் இருந்தது. அவனிடம் குறைகள் இருந்திருக்கலாம். அவன் வாழ்க்கையில் பல தவறுகளும் செய்திருக்கலாம். ஆனால் அவன் மிக அருமையான மனிதன்".

ஜுகல், "உனக்கு இது எப்படித் தெரியும்" என்று கேட்டான்.

"அவனின் மரணத்தில்" என்று சொன்ன மும்தாஜ் சற்றுநேரம் மௌனமானான்.

பிறகு எங்கோ தொலைவில் கடலும் வானமும் ஒன்றோடு ஒன்று குழப்பங்களோடு அணைத்துக்கொண்டிருப்பதைச் சிறிது நேரம் பார்த்துக் கொண்டு நின்றான்.

"கலவரம் தொடங்கிவிட்டது. ஒரு நாள் விடியற்காலையில் நான் பிண்டி பஜார் வழியாகப் போய்க்கொண்டிருந்தேன். ஊரடங்கு உத்தரவு அமுலில் இருந்ததால் போக்குவரத்து மிகக் குறைவாக இருந்தது. டிராம்களும் ஓடவில்லை. டாக்ஸி கிடைக்குமா என்று பார்த்துக் கொண்டே ஜே.ஜே. மருத்துவமனையை நெருங்கியவுடன் நடைபாதையில் மிகப்பெரிய கூடைக்குப் பக்கத்தில் யாரோ ஒருவன் தாறுமாறாய் கிடப்பதைப் பார்த்தேன். முதலில் ஒரு கூலித் தொழிலாளி படுத்துத் தூங்கிக் கொண்டிருக்கிறான் என்றுதான் நினைத்தேன். ஆனால் நடைபாதை கற்களில் இரத்தம் சிதறிக் கிடப்பதைப் பார்த்தவுடன் நின்றேன். கொலை செய்ய முயற்சிக்கப் பட்டிருக்கிறது. ஒரு சில கணங்கள் நான் இதில் தலையிடக்கூடாது என்று நினைத்தேன். பிறகு அங்கு கிடந்த உடலில் இன்னும் உயிர் இருப்பதைக் கண்டேன். சுற்றிலும் யாரும் இல்லை. அது யார் என்று பார்க்கக் குனிந்தேன். அவன் வேறு யாரும் இல்லை, சஹாய். அவனின் முகத்தை நான் நன்கறிவேன் அவன் உடல் முழுக்க இரத்தம் தெறித்துக் கிடந்தது. நடைபாதையில் அவனுக்கு அருகில் அமர்ந்து கொண்டேன். அவன் அணிந்திருந்த, சாய்ந்த வரிகளைக் கொண்டிருப்பது போல் நெய்யப்பட்ட வெள்ளைச் சட்டை - அது எப்போதும் துளி அழுக்கும் இல்லாமல் வெள்ளைவெளேரென்று இருப்பது, அன்று இரத்தத்தால் நனைந்திருப்பதைக் கண்டேன். காயம் அவனின் சிறுகுடல் பகுதியில் ஏற்பட்டிருக்க வேண்டும். வலியால் முணங்கிக்கொண்டிருந்தான். நான் அவனின் தோள் பட்டையில் கைவைத்து தூங்கிக் கொண்டிருப்பவனை எழுப்புவது போல் மெல்ல உலுக்கிவிட்டேன். ஓரிருமுறை அவன் பெயரையும் சொல்லி

அழைத்தேன். எந்த பதிலும் இல்லை. நான் கிளம்ப இருந்த போது அவன் கண்களைத் திறந்தான். சற்று நேரம் என்னை

முறைத்துப் பார்த்தான். பிறகு திடீரென்று அவனின் உடலில் பெரும் நடுக்கம் தோன்றியது. என்னை அடையாளம் கண்டு கொண்டு, 'நீ, நீயா இங்கு' என்றான். நான் தொடர்ந்து பல கேள்விகளை அவனிடம் கேட்டேன் - இந்தப் பக்கம் எதற்காக வந்தாய், யார் அவனைத் தாக்கியது, எவ்வளவு நேரமாய் நடைபாதையில் விழுந்து கிடக்கிறான், எதிரே இருக்கும் மருத்துவமனைக்குத் தகவல் சொல்லட்டுமா? அவனிடம் பதில் சொல்வதற்கான சக்தி இல்லை. அவன் சொன்னது இவ்வளவுதான்: 'எனக்கான நேரம் வந்து விட்டது. என் விதி இப்படித்தான் எழுதப்பட்டிருக்கிறது'. மிக மோசமாக வலியால் அவதிப்பட்டுக் கொண்டிருந்தான். அவனின் விதியைப் பற்றியெல்லாம் எனக்கு கொஞ்சமும் அக்கறை இல்லை. ஒரு முஸ்லீமான என்னால், எனக்குத் தெரிந்த ஒரு இந்து, முஸ்லீம்கள் பெரும்பாலானவர்களாக வசிக்கும் பகுதியில், ஒரு முஸ்லீமால் கொல்லப்பட்டு, அவனோடு இருந்த கடைசி மனிதனும் ஒரு முஸ்லீம் தான் என்ற எண்ணங்களோடு மரணம் கொள்வதை என்னால் ஏற்றுக் கொள்ள முடிய வில்லை. நான் கோழையில்லை. ஆனால் அந்த நேரத்தில் நான் ஒரு கோழையைவிட மோசமாக உணர்ந்தேன். ஒரு பக்கம் கொலை செய்ததற்காக நான் கைது செய்யப்படலாம் என்ற பயமும் மறுபக்கத்தில் நான் கைது செய்யப்படவில்லை என்றாலும் விசாரணைக்காக அழைத்துச் செல்லப்படலாம் என்ற பயமும் என்னை வாட்டியது. நான் அவனை மருத்துவமனைக்கு அழைத்துச் சென்றால் பழிவாங்குவதற்காக நான்தான் அவனைக் கொன்று விட்டேன் என்று சொல்ல வாய்ப்புண்டு என்று நினைத்தேன். இது போன்ற சிந்தனைகள் என்னுடைய மண்டைக்குள் முட்டிமோத நான் எழுந்து கிளம்பி விடலாமென்றிருந்தேன். இல்லை ஓடிப் போய்விட இருந்தேன். ஆனால் சஹாய் என்னை அழைப்பதைக் கேட்டேன். நான் நின்றேன். உண்மை என்னவென்றால் என்னையும் மீறி என் கால்கள் அவனை நோக்கி நகர மறுத்தன. நான் அவனைப் பார்த்த பார்வையில், 'சீக்கிரம் சொல் நீ என்ன சொல்ல நினைக்கிறாய் என்று சொல், நான் போக வேண்டும்' என்று சொல்வது போல் இருந்திருக்கும். வலி மேலும் மோசமாக தாக்க அவன் தன் சட்டைப் பொத்தான்களை அவிழ்த்து கையைச் சட்டைக்கு உள்ளே விட முயற்சித்தான். ஆனால் அதற்குமேல் செய்ய அவனிடம் சக்தியில்லை. அவன் என்னைப் பார்த்து, 'என் சட்டைக்குள்ளே சிறு பொட்டலம் இருக்கிறது அதில் கொஞ்சம் நகைகளும் பன்னிரெண்டாயிரம் ரூபாயும் இருக்கிறது. இவை யெல்லாம் சுல்தானாவுக்குச் சொந்தமானது... நான் இதை... நான் இதை என் நண்பனிடம் கொடுத்து வைத்திருந்தேன்... இன்று... இன்று நான் இதை அவளிடம் திருப்பிக் கொடுக்க இருந்தேன்... காரணம்...

காரணம் நிலைமை இங்கு மோசமாகிக் கொண்டே இருந்தது... அபாயம் அதிகரித்துக்கொண்டே இருக்கிறது... தயவு செய்து இதை அவளிடம் கொடுத்து விடுங்கள்... அப்புறம் உடனடியாக அவளைக் கிளம்பிபோகச் சொல்லுங்கள்... அப்புறம் உங்களைப் பார்த்துக் கொள்ளுங்கள்..."

மும்தாஜ் அமைதியானான். எங்கோ மிக தொலைவில் கடலும் வானமும் சோகத்தோடு ஒன்றை ஒன்று தழுவிக்கொண்டிருக்கும் நிலையில், மும்தாஜின் குரல் ஜே.ஜே. மருத்துவமனை முன்னே நடைபாதையில் செத்துக்கொண்டிருக்கும் சஹாயின் வார்த்தை களோடு ஒன்றென கரைந்து கொண்டு இருப்பது போல் உணர்ந்தேன்.

கப்பல் கிளம்புவதற்கான விசில் ஊதப்பட்டது, "நான் சுல்தானாவைச் சந்தித்தேன். அந்தப் பணத்தை அவளிடம் கொடுத்த போது அவள் அழுது விட்டாள்." என்றான் மும்தாஜ்.

மும்தாஜுக்கு விடைகொடுத்து நாங்கள் கீழே வந்தோம். அவன் கப்பல் தளத்தில் இரும்புக் கம்பிகளுக்குப் பின்னே நின்று கொண்டிருந்தான். அவன் தன்னுடைய வலது கையை அசைத்துக் கொண்டிருந்தான். நான் ஜுகலிடம், "பார்ப்பதற்கு மும்தாஜ் தன்னோடு பயணம் செய்ய சஹாயின் ஆன்மாவை அழைப்பது போல் இருக்கிறதில்லையா?" என்று கேட்டேன்.

ஜுகலால் இதை மட்டுமே சொல்ல முடிந்தது: "நான் சஹாயின் ஆன்மாவாக இருக்கவே விருப்பப்படுகிறேன்."

◉

சில்லிட்டுப் போன சதைப் பிண்டம்

இஷர்சிங் ஹோட்டல் அறைக்குள் நுழைந்த உடனே குல்வந்த் கௌர் கட்டிலில் இருந்து இறங்கி அவனை முரட்டுத்தனமாய் முறைத்தபடியே, கதவைத் தாழிட்டாள். அது நடுநிசியைக் கடந்த நேரம். நகரத்தைச் சுற்றிலும் விசித்திரமான அமைதி பரவியிருந்தது.

குல்வந்த் கௌர் திரும்பிச்சென்று கட்டிலில் சம்மணமிட்டு அமர்ந்து கொண்டாள். முழுவதுமாகச் சிக்குண்ட நூல் கண்டை ஒழுங்குப்படுத்த முயல்வது போல, தீவிர சிந்தனையில் இஷர்சிங் ஒரு மூலையில் நின்று கொண்டிருந்தான். இப்படியே சில கணங்கள் அமைதியில் நகர்ந்தது. சிறிது நேரத்திற்குப்பின், அவள் அமர்ந்திருந்த நிலையில் சலிப்புற்று, தன்கால்களைக் கீழே தொங்கவிட்டு ஆட்டத் தொடங்கினாள். இஷர்சிங் அமைதியாக நின்றுகொண்டிருந்தான்.

குல்வந்த் கௌர் திடமாகவும், தடித்தும், நல்ல கட்டமைப்பும், தாராளமான சதைப்பிடிப்புகளும் வழக்கத்தை விட பெரிய மார்பகங்களும், பெற்ற பெண்மணியாக இருந்தாள். அவளின் கண்கள் பிரகாசமாகவும், மேல் உதட்டின் மேல் கொஞ்சம் போல் பூனை முடியும் வளர்ந்து இருந்தது. அவளின் முகவாய் அமைப்பு, பெரும் சக்தி பெற்றவள் என்றும், தீர்மானங்கள் கொண்டவள் என்றும் குறிப்பிடுவது போல் இருந்தது.

இஷர்சிங் இன்னும் மூலையில் அமைதியாக நின்று கொண்டு இருந்தான்; தன் தலையைச் சற்றே கவிழ்த்தபடி. இறுக்கமாய்க் கட்டியிருந்த அவனின் தலைப்பாகை, தளர்ச்சியுற்றிருந்தது. கிர்பான் பிடித்திருந்த அவனின் கை சற்றே நடுங்கிக் கொண்டிருந்தது. இருந்தாலும் மொத்தத்தில் அவனைப் பார்க்கும் போது, நல்ல உயரமும், கம்பீரமான உடலமைப்பும் எல்லா விதத்திலும் குல்வந்த் கௌருக்கு ஏற்ற ஜோடிதான் என்றே தோன்றியது.

இன்னும் சற்று நேரம் இதே அமைதியில் நகர, குல்வந்த் கௌரால் அதற்கு மேல் தன்னை அடக்கிக் கொள்ள முடியவில்லை. அவளின் பிரகாசமான கண்களை உருட்டி, அவளால் சொல்லமுடிந்தது எல்லாம்: "இஷர்சியான்"

இஷர்சிங் தன் தலையை நிமிர்த்தி குல்வந்த் கௌரை நோக்கினான். அவளின் கண்களை நேரடியாகப் பார்க்க முடியாமல் முகத்தைத்

திருப்பிக்கொண்டான். குல்வந்த் கௌர் கத்தினாள், “ஐஷர்சியான்”. ஆனால் உடனடியாகத் தன்னை அடக்கிக்கொண்டு, கட்டிலில் இருந்து இறங்கினாள். அவனை நோக்கி நடந்து, “இத்தனை நாட்களாக எங்குப் போயிருந்தாய்” என்று கேட்டாள். ஐஷர்சிங் உலர்ந்து போன தன் உதடுகளை நாக்கால் ஈரப்படுத்திக் கொண்டு, “எனக்குத் தெரியாது” என்றான். குல்வந்த் கௌர் எரிச்சலுற்று “... இது என்ன பதில்?” என்றாள். ஐஷர்சிங் தன் கிர்பானைச் சற்றுத் தள்ளி விட்டெறிந்து விட்டுக் கட்டிலில் படுத்தான். அவனுடைய தோற்றம் சில நாட்களாக அவன் உடல் நிலை சரியில்லாதது போல் இருந்தது. கட்டிலில் தன்னை விரித்துப் படுத்திருந்த ஐஷர்சிங்கைப் பார்த்தாள். அவன்மீது இரக்கம் கொண்டு, அவன் நெற்றியில் தன் கையை வைத்தாள். “என்ன விசயம், என் செல்லம்” என்று அன்போடு கேட்டாள்.

ஐஷர்சிங் கூரையைப் பார்த்துக்கொண்டிருந்தான். குல்வந்த் கௌரின் பக்கம் திரும்பி அவளின் முகத்தை ஏக்கத்தோடு பார்த்தான். அவன் சொன்னான்: “குல்வந்த்”. அவன் குரலில் இளகிய தன்மை கலந்திருந்தது. குல்வந்த் கௌர் தன்னை முழுமையாய், அவனுடைய மேல் உதட்டிற்குக் கொண்டு வந்தாள். அதைக் கடித்து, “சொல்லு, செல்லம்” என்றாள்.

ஐஷர்சிங் தன் தலைப்பாகையை எடுத்துவிட்டு குல்வந்த் கௌரைப் பார்த்தான்; அனுதாபமும் உதவியும் வேண்டி. பிறகு அவள் பக்கமாய்த் திரும்பி, அவளின் சதை கொண்ட இடையில் ஓர் அடி அடித்தான். இதைச் செய்யும் போது அவனின் முடி கலைந்து போனது. குல்வந்த் கௌரும் தன் விரல்களை அதன் ஊடாகச் செலுத்தத் தொடங்கினாள். மிக அன்யோன்நியமாக, மறுபடியும் கேட்டாள், “இத்தனை நாட்கள் எங்கு இருந்தாய்.” “என் எதிரியைப் பெற்றுப் போட்டவளோடு படுக்கையில் இருந்தேன்” அவளை முறைத்தபடியே பதில் சொன்னான். தன் விரல்களால், விம்மிய அவளின் பருத்த முலைகளை வருடிக்கொடுத்தான். “அடக் கடவுளே... நீ எவ்வளவு மென்மையாய் இருக்கிறாய்” என்று முணுமுணுத்தான். குல்வந்த் கௌர் அவனின் கையை மெதுவாய் ஒதுக்கித் தள்ளி மறுபடியும் கேட்டாள், “எங்கிட்ட சொல்லுடா, செல்லம், நீ எங்கு போயிருந்தாய். நீ நகரத்துப் பக்கம் போயிருந்தாயா?” ஐஷர்சிங், தன் தலைமுடியை முடிந்த படி, “இல்லை” என்றான். குல்வந்த் கௌர் எரிச்சலடைந்தாள்,

“நீ நகரத்துப் பக்கம் போயிருக்கிறாய், நிறையப் பொருட்களைக் கொள்ளை அடித்து இருக்கிறாய், இதையெல்லாம் என்னிடமிருந்து மறைக்கப் பார்க்கிறாய்”.

“உன்னிடம் பொய் சொல்லியிருந்தால், என் அப்பனுக்குப் பிறந்தவன் இல்லை நான்” சற்றுநேரம் குல்வந்த் கௌர் அமைதியாக இருந்துவிட்டு, மறுபடியும் வெடிக்கத் தொடங்கினாள். “அன்று இரவு உனக்கு என்ன நேர்ந்தது என்று என்னால் புரிந்துகொள்ள முடியவில்லை, என்னுடன் ரொம்பவும் சவுகரியமாகப் படுத் திருந்தாய். நகரத்திலிருந்து கொள்ளையடித்து வந்த நகைகளைக் கொண்டு என்னை அலங்கரித்து வெறிபிடித்தது போல் எனக்கு முத்தங்கள் கொடுத்துக் கொண்டு இருந்தாய். திடீரென்று உனக்கு என்ன ஆயிற்று என்று எனக்குத் தெரியவில்லை நீ உன் ஆடைகளை அணிந்து கொண்டு வெளியே போனாய்”.

ஐஷர்சிங் வெளிறிப்போனான். இந்த மாற்றத்தைப் பார்த்த குல்வந்த் கௌர், “பார் உன் முகம் கறுத்துப் போயிருக்கிறது. கண்டிப்பாக நீ எதையோ என்னிடமிருந்து மறைக்க முயற்சிக்கிறாய் ஐஷர்சியான்”.

“சத்தியமாக ஏதும் இல்லை.” என்று ஐஷர்சிங் சொன்னாலும் அவனின் குரல் தீர்மானமாய் இல்லை.

குல்வந்த் கௌரின் சந்தேகங்கள் வலுப்பெற்றது. ஒவ்வொரு வார்த்தையாய் அழுத்தி அவள் சொன்னாள்: “என்ன விஷயம் ஐஷர்சியான்? எட்டு நாட்களுக்கு முன்பிருந்த அதே மனிதனாக இன்று நீ இல்லை.” எவரோ தாக்கியது போல ஐஷர்சிங் சட்டென்று எழுந்து கொண்டான். குல்வந்த் கௌரைத் தன் கரங்களால் அணைத்துக்கொண்டு, அவளைத் தடவிக் கொடுக்கத் தொடங்கினான். “நான் அதேதான் செல்லம்” என்றான். “எதுவுமே மாறவில்லை, என்னை இறுக்க அணைத்துக்கொள், உன் விரல்களில் உள்ள வெப்பம் தணியட்டும்.”

குல்வந்த் கௌர் எந்த எதிர்ப்பும் காட்டவில்லை. ஆனால், “அன்று இரவு என்ன நடந்தது” என்று தொடர்ந்தாள்.

“அது நரகத்துக்குப் போகட்டும்”

“அப்போ, நீ என்னிடம் சொல்லமாட்டாய்”

“சொல்லுவதற்கு ஏதாவது இருந்தால் நிச்சயமாகச் சொல்வேன்.”

“நீ பொய் சொன்னால், நீயே உன் கைகளால் என்னைப்

புதைத்து விடு”

ஐஷர்சிங் தன் கரங்களால் அவளின் கழுத்தை வளைத்துக் கொண்டு தன் உதடுகளை அவளின் உதடுகளோடு இணைத்தான். அவனின் தாடி முடி ஒன்று அவளின் மூக்கிற்குள் நுழைய அவள் தும்மத் தொடங்கினாள். இருவரும் உரக்கச் சிரித்தார்கள்.

ஐஷர்சிங் தன் மேல் சட்டையைக் கழற்றி, குல்வந்த் கௌரைப் பார்த்து, "நாம் நம் ஆட்டத்தை வைத்துக்கொள்வோம்" என்றான்.

குல்வந்த் கௌரின் மேல் உதடுகளில் வியர்வை முத்துக்கள் தென்பட்டது. வெட்கத்தோடு அவள் தன் கண்களை உருட்டி, "நரகத்துக்குப் போ" என்றாள்.

ஐஷர்சிங் அவளின் இடையை அழுத்திக் கிள்ளினான்.

குல்வந்த் கௌர் வலியோடு மறுபக்கம் திரும்பிக்கொண்டு, "அப்படிச் செய்யாதே ஐஷர்சிங், வலிக்குது" என்றாள்.

ஐஷர்சிங் இன்னும் அருகில் வந்து, தன் பற்களால் அவளின் மேல் உதட்டைக் கவ்வி அதனை மெல்லத் தொடங்கினான்.

குல்வந்த் கௌர் உருகினாள்.

ஐஷர்சிங் தன் குர்தாவைக் கழற்றி, "நாம் செய்வோம்" என்றான்.

குல்வந்த் கௌரின் மேல் உதடுகள் துடிக்கத் தொடங்கியது. ஆட்டின் தோலை உரிப்பது போல, அவளின் சட்டையைப் பிடித்து அவளிடமிருந்து உருவி எடுத்து விட்டெறிந்தான். அவளின் நிர்வாண உடம்பை முறைத்துப் பார்த்தான். அவளின் புஜத்தை அழுத்திக் கிள்ளினான். "கடவுள் ஆணையாய்ச் சொல்கிறேன் நீ மனிதனைத் தின்னும் ராட்சசி தான்" என்றான். குல்வந்த் கௌர் தன் இடது கை புஜத்தில் ஏற்பட்டிருந்த சிவந்த பகுதியைப் பார்த்து,

"நீ கொடூரமான மனிதன் ஐஷர்சியான்" என்றாள்.

தன் தடித்த கறுத்த தாடிகளுக்குப் பின்பே ஐஷர்சிங் சிரித்தான். "இன்று கொடூரமான நாளாகவே இருக்கட்டும்" என்றான். மறுபடியும் குல்வந்த் கௌரின் மேல் உதட்டை தன் பற்களால் கவ்வி எடுத்து ஆழமாய்க் கடித்தான். பிறகு அவளின் காதின் கீழ் பகுதியைத் தன் பற்களால் பிறாண்டத் தொடங்கினான். அவளின் இடையில் ஓங்கித் தட்டி அவளின் மார்பகங்களை அழுத்திப் பிடித்து, அவளின் கன்னங்களில் முத்தமிட்டான். பிறகு அவள் உடல் முழுக்க எச்சிலால் ஈரமாகும் வரை தன் நாக்கால் நக்கினான். குல்வந்த் கௌர் நல்ல தீயில் வைக்கப்பட்ட வெந்நீர் பாத்திரம் போல கொதித்துக்கொண்டிருந்தாள்.

ஆனால் இந்த எல்லா முயற்சிகளுக்குப் பிறகும் ஐஷர்சிங் தன் ஆண்மை உறங்கிக் கொண்டு இருப்பதை உணர்ந்தான். மிகவும் அனுபவம் பெற்ற மல்யுத்த வீரன் போல, அவனுக்குத் தெரிந்த எல்லாத் தந்திரங்களையும் முயற்சித்துப் பார்த்தும் எதுவும் வேலை செய்யவில்லை.

இப்போது முழுவதுமாக முறுக்கேற்றிவிடப்பட்ட குல்வந்த் கௌர், "சீட்டுக்கட்டை குலுக்கிப்போட்டது போதும் ஐஷர்சியான் இந்த முன் விளையாட்டு எல்லாம் போதும். நாம் விளையாட்டைத் தொடங்குவோம்" என்றாள்.

இந்த வார்த்தைகள் வெளிப்பட்ட அடுத்த கணத்தில் ஐஷர்சிங் கொஞ்சம் போல் வசப்படுத்தி மேலே தட்டி எழுப்பியதும் தன் வீரியத்தை இழந்தது. சவம்போல குல்வந்த் கௌர் பக்கத்தில் சரிந்தான். அவன் நெற்றியில் சில்லிட்ட வியர்வைத் துளிகள் தோன்றியது.

குல்வந்த் கௌர் அவனின் வீரியத்தைத் தட்டி எழுப்ப முயற்சித்தாலும் அவளால் வெற்றி காணமுடியவில்லை.

இதுவரை படுக்கையில் இவர்களின் வாழ்க்கை இருவருக்கும் மிகவும் திருப்திகரமாக அமைந்து வந்தது. சொல்லப்போனால் எல்லாமே பழக்கப்பட்டது போல நடந்து கொண்டிருந்தது. அதனால் குல்வந்த் கௌரால் இந்தத் திடீர் மாற்றத்திற்கான காரணத்தைப் புரிந்து கொள்ள முடியவில்லை. ஏமாற்றத்தோடு கட்டிலில் இருந்து கீழே இறங்கினாள். அவளுக்கு முன்னே சுவரில் ஒரு துணி தொங்கிக் கொண்டிருந்தது. அதை எடுத்து, அதைக் கொண்டு தன்னைச் சுற்றிக் கொண்டாள். அலைக்கழிக்கப்பட்ட உணர்வோடு, "உன் ஆண்மை எல்லாவற்றையும் உறிஞ்சி எடுத்த அந்த ராட்சசி யாரு?" என்று கேட்டாள்.

ஐஷர்சிங் ஏதும் சொல்லாமல் கட்டிலில் படுத்துக் கிடந்தான். குல்வந்த் கௌர் இப்போது நிறமிழந்து குமுறிக்கொண்டிருந்தாள். "என்னிடம் ஏன் சொல்லமாட்டேன் என்கிறாய், உடலை விற்கும் பரம்பரையில் இருந்து வந்த அந்தத் தேவடியாள், யார் அந்த ராட்சசி, யார் அந்த வேசிமகள்?"

ஐஷர்சிங் அசதியுற்ற குரலில், "யாரும் இல்லை குல்வந்த், யாருமில்லை" என்றான். குல்வந்த் கௌர் தன் கைகளை இடுப்பில் வைத்துக் கொண்டு, "ஐஷர்சியான் எனக்கு உண்மை தெரிகிற வரை உன்னை விடமாட்டேன். இதற்குப் பின்னால் பெண் எவளும் இல்லை என்று கடவுள் மீது சத்தியம் செய்து சொல்." என்றாள்.

ஐஷர்சிங் ஏதோ சொல்ல முயற்சித்தான். ஆனால் குல்வந்த் கௌர் அவனைப் பேசவிடவில்லை, "நீ சத்தியம் செய்வதற்கு முன்னால் இதையும் நினைவில் வைத்துக்கொள். நான் சர்தார் நிக்கல் சிங்கின் மகள். நீ மட்டும் பொய் சொன்னால், உன்னைக் கந்தலாய் கிழித்துப் போடுவேன்... இப்ப சொல்லு நீ எந்தப் பொம்பளையோடும் இல்லை என்று கடவுள் மீது சத்தியம் செய்து சொல்." ஐஷர்சிங் இல்லை என்று தலை ஆட்டிய விதம் அவளின் சந்தேகத்தை ஊர்ஜிதப்படுத்தியது.

இப்போது குல்வந்த் கௌர் வெறிபிடித்த மிருகம் போல் இருந்தாள். அவள் பாய்ந்து, கிர்பானை எடுத்து, அதன் உறையை வாழைப்பழ தோலை உரிப்பது போல உருவி எடுத்தாள். பிறகு ஐஷர்சிங்கை அதைக் கொண்டு தாக்கினாள்.

கண் இமைக்கும் நேரத்தில் ஐஷர்சிங்கின் உடலில் இருந்து இரத்தம் கசிய தொடங்கியது. இதுவும் கூட குல்வந்த் கௌரைத் திருப்திப்படுத்தவில்லை. வெறிபிடித்தது போல அவனின் தலை முடியை பிடித்து இழுக்கத் தொடங்கினாள். அவனின் ஆண்மையைக் கொள்ளையடித்த அந்தப் பெண் மீது படுமோசமான வார்த்தைகளைக் கொட்டினாள். ஐஷர்சிங் சிறிது நேரம் கழித்து தன்மீது இரக்கம் கொள்ள வேண்டி, "இது போதாதா குல்வந்த்" என்று கெஞ்சினான்.

குல்வந்த் கௌர் ஓர் அடி பின்னே நகர்ந்தாள்.

ஐஷர்சிங்கின் தொண்டையில் இருந்து கசிந்த இரத்தம் இப்போது அவனது தாடியை நனைத்தது. நடுங்கிக் கொண்டிருக்கும் தன் உதடுகளைத் திறந்து நன்றியுணர்வும் அவமானமும் கலந்த உணர்வோடு குல்வந்த் கௌரைப் பார்த்து, "நீ அவசரப்பட்டு விட்டாய்," என்றான். "அப்படியே இருக்கட்டும். எது நடக்க வேண்டுமோ அது நடந்துள்ளது."

குல்வந்த் கௌர் மறுபடியும் கடும் வேதனையைத் தரக்கூடிய பொறாமையை உணர்ந்தாள்.

"தாயோளி, யார் அவ" தீர்மானமாய்க் கேட்டாள்.

இரத்தம் ஐஷர்சிங்கின் நாக்குக்குச் சென்றது. அதன் சுவை அவனுள் பெரும் புரட்சி உணர்வைத் தோற்றுவித்தது. "...நான் எட்டுப் பேரை இந்த கிர்பானால் கொன்றேன்..." என்றான். குல்வந்த் கௌரின் மண்டை முழுக்க ஐஷர்சிங்கோடு இருந்த அந்தப் பெண் முழுமையாக ஆக்கிரமித்துக் கொண்டிருந்தாள். "தேவடியாளுக்குப் பிறந்த அந்தத் தேவடியா யாரு... சொல்லு" என்றாள்.

ஐஷர்சிங்கின் பார்வை மங்கியது. திடீரென்று அவன் கண்களில் பிரகாசம் தோன்றியது.

"அதிர்ஷ்டம் இல்லாத அந்தப் பெண்ணைச் சபிக்காதே" என்றான்.

குல்வந்த் கௌர் மறுபடியும் அழுத்தமாய்க் கேட்டாள், "அது சரி யார் அவ".

ஐஷர்சிங் யாரோ தன் குரல்வளையை நெரிப்பது போல் உணர்ந்தான். "எல்லாவற்றையும் உன்னிடம் ஒரு நிமிடத்தில்

சொல்கிறேன்" என்றான். அவனின் கை அவளின் தொண்டையை நோக்கி நகர்ந்தது. தன் இரத்தத்தைப் பார்த்துப் புன்னகைத்தான்.

"விசித்திரமான பிறவிதான் இந்த மனிதன்" என்றான்.

குல்வந்த் கௌர் அவனின் பதிலுக்காகக் காத்திருந்தாள். "சம்பந்தமில்லாத விஷயங்களை இத்தோடு நிறுத்திக் கொள் விஷயத்திற்கு வா?" என்றாள்.

ஐஷர்சிங்கின் சிரிப்பு விரிந்தது. "நான் விஷயத்திற்கு வருகிறேன்..." என்றான். "என்னுடைய தொண்டை அறுபட்டுக் கிடக்கிறது... இந்தக் கதையை நான் உன்னிடம் சொல்ல கொஞ்சம் நேரம் எடுக்கும்".

கதையை அவன் சொல்லத் தொடங்கினான். அவனின் நெற்றியில் மறுபடியும் சில்லிட்ட வியர்வைத்துளிகள் தோன்றியது.

"குல்வந்த், என் செல்லம்... நான் அனுபவித்ததை எப்படி உன்னிடம் சொல்வேன்... இந்த மனித இனம் விசித்திரமானதுதான்... நகரத்தில் கலவரத்தின் போது, மற்றவர்கள் போல நானும் என்னால் முடிந்ததை எல்லாம் எடுத்துக்கொண்டேன். நகைகள், பணம்... என்று எதுவெல்லாம் என் கைக்குக் கிடைத்ததோ அதையெல்லாம் எடுத்து வந்து நான் உன்னிடம் கொடுத்தேன்... ஆனால் ஒன்றை மட்டும் உன்னிடமிருந்து மறைத்தேன்..."

ஐஷர்சிங் காயப்பட்ட இடத்தில் வலியை உணர்ந்தான்.

குல்வந்த் கௌர் அவனைப்பற்றி எந்தக் கவலையும் காட்டாமல், "அது என்ன" என்றாள். தன் தாடியில் உறைந்து கொண்டிருந்த இரத்தத்தை ஊதிவிட்டான். "அந்த வீடு–நான் தாக்கிய அந்த வீட்டில்... அங்கு... ஏழுபேர்... ஆறு நான் கொன்றேன்... இதே கிர்பானால்... எதை வைத்து நீ... அதில் மிக அழகான பெண் ஒருத்தியும் இருந்தாள்... நான் அவளைத் தூக்கிக் கொண்டு வந்தேன்..."

குல்வந்த் கௌர் மௌனமாகக் கேட்டுக்கொண்டிருந்தாள்.

ஐஷர்சிங் மறுபடியும் தன் தாடியில் உள்ள இரத்தத்தை நோக்கி ஊதினான்.

"என்னால் அதை உன்னிடம் விளக்க முடியாது குல்வந்த், என் செல்லம்... அவள் எவ்வளவு அழகாக இருந்தாள்... நான் அவளையும் கொன்றிருக்க முடியும், ஆனால் நான் எனக்குள் சொல்லிக் கொண்டேன்... ஐஷர்சியான், தினமும் நீ குல்வந்த் கௌரை அனுபவிக்கிறாய், புதிதாய்க் கண்டெடுத்த இவளோடு ஒரு நாள் இருந்தால் என்ன என்று எனக்குள் சொல்லிக் கொண்டேன்."

குல்வந்த் கௌர் இதை மட்டும் சொன்னாள்: "அதனால..."

"என் தோளில் அவளைத் தூக்கிப் போட்டுக்கொண்டேன்." ஐஷர்சிங் தொடர்ந்தான், "வீட்டைவிட்டு வெளியே வந்தேன்... நடந்து சென்ற வழியில்... நான் என்ன சொல்லிக் கொண்டிருந்தேன்?... ஆமாம் நான் சென்ற வழியில்... கால்வாய் ஓரமாய்ப் புதர்களுக்கு அருகில் நான் அவளை இறக்கினேன்... முதலில் கொஞ்சம் முன் விளையாட்டுகள் விளையாடலாம் என்றுதான் நினைத்தேன்... ஆனால் இந்தச் சம்பிரதாயங்கள் எல்லாம் எதற்கு என்று நினைத்து..."

ஐஷர்சிங்கின் தொண்டை அடைத்தது.

குல்வந்த் கௌர் எச்சிலை விழுங்கிக் கொண்டு, "பிறகு என்ன நடந்தது" என்று கேட்டாள். ஐஷர்சிங் மூடிக்கொண்டிருந்த தன் கண்களைத் திறந்து, குல்வந்த் கௌரின் உடலைப் பார்த்தான். அதில், ஒவ்வொரு தசையும் எரிந்து கொண்டிருந்தது. அவனால் சொல்ல முடிந்தது எல்லாம், இவ்வளவுதான், "...அவள் இறந்து கிடந்தாள்... வெறும் பிணம்... சில்லிட்டு போன சதைப் பிண்டத்தைத் தவிர வேறெதுவும் இல்லை... என் செல்லமே, உன் கையைக் கொடு..."

குல்வந்த் கௌர் தன் கையை ஐஷர்சிங்கின் கைமேல் வைத்தாள், அது உறைந்து போன தண்ணீரைக் காட்டிலும் சில்லிட்டுக் கிடந்தது.

◉

அறியாமையின் பயன்கள்

துப்பாக்கியின் குதிரை அழுத்தப்பட எரிச்சல் கொண்டு "உஸ்..." சத்தத்தோடு தோட்டா வெளியே பாய்ந்தது.

ஜன்னல் வழியாக எட்டிப்பார்த்துக்கொண்டிருந்த மனிதன் சத்தம் எழுப்பாமல் கவிழ்ந்து விழுந்தான்.

சிறிது நேரம் கழித்து மீண்டும் துப்பாக்கியின் குதிரை அழுத்தப் பட்டது. இரண்டாவது தோட்டா கோபத்தில் உறுமிக் கொண்டே வெளியேறியது.

தண்ணீர் சுமந்து கொண்டு இருந்தவன் போட்டிருந்த ஆட்டுத்தோல் கிழிந்தது. அவன் கவிழ்ந்து விழ, அவனின் இரத்தம் தண்ணீரோடு கலந்து தெருவில் ஒரு குட்டையை உருவாக்கியது.

துப்பாக்கியின் குதிரை மூன்றாவது முறையாக அழுத்தப்பட்டது. தோட்டா குறிதவறிப்போய் ஒரு மண் சுவரில் புதைந்து கொண்டது.

நான்காவது ஒரு வயதான பெண்மணியைப் பின்புறமாகத் தாக்கியது. அவர் கத்துவதற்குக்கூட நேரமில்லாமல் கீழே விழுந்தார்.

ஐந்தாவதும் ஆறாவதும் வீணாக்கப்பட்டது. யாரும் கொல்லப் படவில்லை, யாரும் காயப்படவில்லை.

குறிபார்த்தவன் ஏமாற்றத்தோடு காணப்பட்டான். திடீரென்று அவனின் கண்கள் தெருவில் ஒரு குழந்தை ஓடிவருவதைப் பார்த்தது. அவன் தன்னுடைய துப்பாக்கியை உயர்த்தி அந்தக் குழந்தையைக் குறிபார்த்தான்.

"நீ என்ன செய்து கொண்டிருக்கிறாய்" உடனிருந்தவன் கேட்டான்.

"ஏன்?"

"உன் துப்பாக்கியில் தோட்டாக்கள் இல்லை"

"வாயை மூடு, அந்தச் சிறு குழந்தைக்கு அது எப்படித் தெரியும்?"

◉

அதிசய மனிதன்

கொள்ளை அடிக்கப்பட்ட பொருட்களை மீட்பதற்காகப் போலீஸ் பல வீடுகளைச் சோதனை செய்தார்கள்.

பயந்துபோன மக்கள், கொள்ளையடித்து வந்த பொருட்களை நடு இரவில் ஜன்னல்களுக்கு வெளியே விட்டெறிந்தார்கள். சட்டத்தின் முறையற்ற நடவடிக்கைகளில் இருந்து தங்களைப் பாதுகாத்துக் கொள்வதற்காக நேர்மையாக வாங்கிய பொருட்களைக்கூட சிலர் விட்டெறிந்தார்கள்.

ஒருவனுக்கு மட்டும் பிரச்சனை இருந்தது. ஒரு மளிகைக் கடை சூறையாடப்பட்ட போது, எடுத்து வந்த இரண்டு பெரிய சர்க்கரை மூட்டைகள் அவனிடம் இருந்தன. ஓர் இரவு அவன் எப்படியோ அதை அந்த வட்டாரத்தில் இருந்த கிணற்றுக்கு இழுத்துச் சென்றான். ஒரு மூட்டையைச் சுலபமாகக் கிணற்றுக் குழிக்குள் தூக்கிப் போட்டான். ஆனால் இரண்டாவதைத் தூக்கிப் போடும் போது, அதோடு சேர்ந்து அவனும் கிணற்றுக்குள் விழுந்தான்.

அவனின் அலறல் எல்லோரையும் எழுப்பி விட்டது. கயிறு கிணற்றுக்குள் இறக்கப்பட்டாலும் பயன் ஏதும் இல்லை. இறுதியாக இரண்டு வாலிபர்கள் உள்ளே இறங்கி விழுந்தவனை வெளியே இழுத்து வந்தார்கள். ஆனால் அவன் அடுத்த சிலமணிநேரங்களில் இறந்து போனான்.

அடுத்த நாள் காலை அந்தக் கிணற்றில் இருந்து தண்ணீர் எடுத்து குடித்த போது அது மிகவும் இனிப்பாக இருந்தது.

அன்று இரவிலிருந்து அந்த அதிசய மனிதனின் சமாதியில், விளக்குகள் ஏற்றப்பட்டு பிரார்த்தனை செய்யப் பட்டது.

●

மிருகத்தனம்

மிகுந்த சிரமத்தோடு கணவனும் மனைவியும் வீட்டில் உள்ள சில மதிப்புள்ள பொருட்களோடு தங்களை எப்படியோ காப்பாற்றிக் கொண்டார்கள்.

ஆனால் அவர்களின் வயது வந்த மகளைக் காணவில்லை.

அந்தத் தாய் தன்னுடைய, பெண் கைக்குழந்தையை நெஞ்சோடு இறுக்க அணைத்துக் கொண்டாள்.

எருமை மாடு ஒன்று அவர்களிடம் இருந்தது. கலகக்காரர்கள் அதை இழுத்துச் சென்றார்கள். பசுமாடு கலகக்காரர்கள் பார்வையிலிருந்து எப்படியோ தப்பித்தது. ஆனால் அதன் கன்றுக்குட்டியைக் காணவில்லை.

கணவனும், மனைவியும், கைக்குழந்தையும் பசுமாடும் ஓர் மறைவிடத்தில் பத்திரமாக இருந்தார்கள். அப்போது இருட்டு மிக மோசமாகக் கருத்துக் கிடந்தது. அந்தப் பெண்குழந்தை பயத்தால் அழுதபோது, அது அசைவற்ற அந்த இரவில் மேளம் கொட்டுவது போன்ற சத்தத்தை எழுப்பியது. தாய் நடுங்கிப் போனாள். விரோதிகளுக்கு இந்தச் சத்தம் கேட்காமல் இருக்கக் குழந்தையின் வாயைத் தன் கையால் மூடினாள். சத்தம் சற்றுக் குறைந்தது. மேலும் பாதுகாப்பிற்காகத் தந்தை ஒரு தடித்த சொரசொரப்பான துணியைப் போட்டு அந்தக் குழந்தையை மூடினார்.

சில நிமிடங்கள் கழிந்தது. திடீரென்று சற்றுத் தொலைவில் இருந்து கன்றுக்குட்டி ஒன்று கத்தியது. இந்தச் சத்தத்தைக் கேட்ட பசு மாட்டின் காதுகள் சிலிர்த்துக் கொண்டு விறைப்பானது. அது மிகவும் அமைதியற்ற நிலையில் மேலும் கீழும் நகர்ந்து சத்தமாகத் திரும்பக் குரல் கொடுத்தது. அவர்கள் அதை அமைதியாக இருக்க வைக்க முயற்சித்தார்கள். ஆனால் முடியவில்லை.

இந்தச் சத்தம் இவர்களைத் தேடிக்கொண்டிருந்தவர்களை உஷார் படுத்தியது. எரிந்து கொண்டிருந்த தீவெட்டி வெளிச்சங்கள் தொலைவில் நிழலாடியது.

அந்தப் பெண் அவளின் கணவரிடம் கோபமாக, "இந்தக் கேடு கெட்ட மிருகத்தை ஏன் நம்மோடு இழுத்து வந்தீர்கள்?" என்று கேட்டாள்.

◉

ஜவ்வு மிட்டாய்

காலை ஆறு மணிக்கு, பெட்ரோல் நிலையத்திற்கு அருகில் தள்ளு வண்டியில் ஐஸ் விற்றுக்கொண்டிருப்பவன் கத்தியால் குத்திக் கொல்லப்பட்டான். அவனின் உடல் ஏழுமணிவரை தெருவில் கிடந்தது. ஐஸ் கட்டிகளில் இருந்து உருகிய தண்ணீர் அவன் மீது சொட்டிக்கொண்டே இருந்தது.

ஏழே கால் மணிக்கு போலீஸ் அந்தப் பிணத்தைத் தூக்கிச் சென்றது. உருகிக் கொண்டிருந்த ஐஸூம், இரத்தமும் மட்டும் தெருவில் கிடந்தது.

அவ்வழியே ஒரு டோங்கா வந்தது. ஒரு குழந்தை, அங்கே உறைந்து போய் பளபளத்துக் கொண்டிருந்த ரத்தத்தைப் பார்த்தது. அந்தக் குழந்தையின் வாயிலில் எச்சில் ஊறியது. அம்மாவின் ரவிக்கையை பிடித்து இழுத்து, “அம்மா அங்க பார் ஜவ்வு மிட்டாய்” என்றது.

◉

விட்டுக்கொடுத்தல்

"வேண்டாம்... தயவு செய்து, என் கண் முன்னால் என்னுடைய மகளைக் கொலை செய்யாதீர்கள்."

"சரி, சரி, அவளின் உடைகளை எல்லாம் எடுத்து விட்டு, மற்ற பெண்களோடு அவளைச் சேர்த்து விடுங்கள்."

◉

மோசமான வியாபாரம்

இரண்டு நண்பர்கள் அவர்களிடம் இருந்த பணத்தை எல்லாம் ஒன்று சேர்த்தார்கள். ஏறக்குறைய இருபதுக்கு மேல் காண்பிக்கப் பட்ட பெண்களில் இருந்து, கடைசியாக அவர்கள் ஒருத்தியைத் தேர்ந்தெடுத்தார்கள். அவளின் ஒருநாள் விலை நாற்பது ரூபாய்.

அவளோடு ஓர் இரவைக் கழித்தபின் ஒருவன், "உன் பெயர் என்ன?" என்று கேட்டான்.

அவளின் பெயரைக் கேட்டவுடன். அவன் வெறிப்பிடித்தவன் போல் ஆனான். "ஆனால் எங்களிடம் நீ 'அந்த' மதத்தைச் சேர்ந்தவள் என்றே சொல்லப்பட்டது"

"உங்களிடம் பொய் சொல்லியிருந்தார்கள்" என்று அந்தப் பெண் பதில் தந்தாள்.

அவன் தன் நண்பனிடம் ஓடினான். "அந்தத் தேவடியாப் பசங்க நம்மை ஏமாற்றி விட்டார்கள். நம்முடைய மதத்தைச் சேர்ந்த பெண்ணையே நமக்கு விற்றிருக்கிறார்கள். வா, நாம் இந்தப் பெண்ணைத் திருப்பி விட்டு விடுவோம்".

முன்னெச்சரிக்கை ஏற்பாடுகள்

முதல் சம்பவம் தெரு முனையில் இருந்த ஒரு சிறு ஹோட்டல் முன்பு நடந்தது. உடனடியாக அங்கு ஒரு போலீஸ்காரன் போடப்பட்டான்.

இரண்டாவது சம்பவம் ஒரு மளிகைக்கடைக்கு அருகில் நடந்தது. முதல் சம்பவம் நடந்த இடத்திலிருந்து இரண்டாவது சம்பவம் நடந்த இடத்திற்கு அந்த போலீஸ்காரன் மாற்றப்பட்டான்.

மூன்றாவது சம்பவம் நடுராத்திரியில் சலவைக் கடை முன்பு நடந்தது.

அந்தப் போலீஸ்காரனைக் கொலை நடந்த புது இடத்திற்குப் பாதுகாப்பாய் நிற்கச் சொன்னபோது அவன் சற்று நேரம் சிந்தித்து, “ஐயா அடுத்த சம்பவம் எங்கே நடக்கப்போகிறது என்று தெரிந்து கொண்டு என்னை அங்கே போட முடியுமா?” என்று கேட்டான்.

◉

மண்ட்டோ

சாதத் ஹசன் மண்ட்டோ

இது வரை மண்ட்டோவைப் பற்றி நிறையவே எழுதப் பட்டிருக்கின்றன. பேசப்பட்டிருக்கின்றன. அதில் எதிர்த்து பல, ஆதரித்துச் சில. இந்த எழுத்துக்களை ஆழ்ந்து படிக்கும் ஒருவனால் கூட ஒரு தீர்மானமான முடிவுக்கு வருவது மிகவும் சிரமமாக இருக்கும். நான் இந்தக் கட்டுரையை எழுத அமர்ந்திருக்கும் போது தான், மண்ட்டோவைப் பற்றி என்னுடைய எண்ணங்களை வெளிப்படுத்துவதில் உள்ள சிரமத்தை உணர்கிறேன். ஒரு விதத்தில் எனக்கு அது எளிதாக இருந்திருக்க வேண்டும். ஏனெனில் நான் அவனோடு மிக நெருக்கத்தில் இருந்து கொண்டிருக்கிறேன். உண்மையைச் சொல்லுவது எனில் நான்தான் ‘அவன்’.

இதுவரை அந்த மனிதனைப்பற்றி எழுதியிருப்பதில் எனக்கு எந்த ஆட்சேபணையும் கிடையாது. ஆனாலும் இந்த எழுத்துக்களில் வெளிப்பட்டிருக்கும் பார்வை உண்மையில் இருந்து பலமைல் தூரம் விலகியே நிற்கிறது என்று நினைக்கிறேன். சிலரால் அவன் அரக்கன் என்று அழைக்கப்பட்டிருக்கிறான், மற்றவர்கள் அவனை வழுக்கை விழுந்த தேவதூதன் என்று சொல்கிறார்கள். ஒரு நிமிஷம் இருங்கள். நாம் பேசிக்கொண்டிருப்பதை அவன் ஒட்டுக்கேட்கிறானா என்று பார்க்கிறேன். இல்லை... பிரச்சனையேதும் இல்லை. இப்போது எனக்கு நினைவில் வருகிறது, இந்த நேரத்தில் அவன் மது அருந்திக் கொண்டிருப்பான். மாலை ஆறுமணிக்குப் பிறகு மோசமாகக் குடிப்பதை அவன் வழக்கமாகக் கொண்டிருக்கிறான்.

நாங்கள் இருவரும் ஒன்றாகப் பிறந்தோம், ஒன்றாகவே மரணம் கொள்வோம் என்று நினைக்கிறேன். ஆனாலும் சாதத் ஹசன் இறந்து போய் மண்ட்டோ தொடர்ந்து உயிர் வாழ்வதற்குச் சாத்தி யங்களும் இருக்கின்றன. இந்த எண்ணம் என்னை அடிக்கடி கவலை கொள்ள வைக்கிறது. அதனாலேயே அவனைச் சந்தோசமாக வைத்திருக்க என்னால் முடிந்ததை எல்லாம் செய்து கொண்டிருக்கிறேன். ஒரு வேளை அவன் உயிரோடு இருந்து,

நான் இறந்து போனால் ஒரு முட்டை அதன் வெள்ளைப் பகுதி இல்லாமல், மஞ்சள் கருவை மட்டுமே கொண்டிருப்பது போல் இருக்கும்.

விஷயத்தை மேலும் சிக்கலாக்காமல் உங்களிடம் வெளிப்படையாகச் சொல்கிறேன். இதுவரை மண்ட்டோவைப் போல் ஒரு குறுக்கு புத்திக்காரனை நான் பார்த்ததில்லை. அதற்கு முழு காரணமும் அவன்தான். திரிகோண வடிவத்தை அவன் அறிந்திருந் தாலும், அவன் இன்னும் மும்மையோடு இணைந்து விடவில்லை என்று எனக்குத் தெரியும். மிகவும் கூர்ந்து படிக்கும் வாசகனால் மட்டுமே என்னுடைய இந்தக் குறிப்பைப் புரிந்து கொள்ள முடியும்.

பிறந்தது முதல் எனக்கு அவனைத் தெரியும். நாங்கள் இருவரும் 1912, மே 11-ல், ஒரே நேரத்தில் பிறந்தோம். ஆனால் அவன் எப்போதும் தன்னை ஆமை போலவே உருமாற்றிக்கொண்டு, தன்னுடைய தலையையும் கழுத்தையும் ஓட்டுக்குள் மறைத்துக் கொள்ள, அவனைக் கண்டுபிடிப்பது என்பது மிகவும் சிரமாக இருக்கும். ஆனால் நான்தான் ‘அவன்’ என்பதால் அவனின் ஒவ்வோர் அசைவுகளையும் நான் புரிந்து வைத்திருக்கிறேன்.

இப்போது இந்தக் கழுதை எப்படி எழுத்தாளனாக மாறினான் என்று உங்களிடம் சொல்கிறேன். விமர்சகர்கள் தங்களுடைய மேதாவித்தனத்தைப் பிரகடனப்படுத்த, மிக நீண்ட அற்புதமான கட்டுரைகளில், அவனுக்கும் ஷோபென்ஹோவூர், நீட்சே, ஃப்ராய்ட், ஹெகல், மார்க்ஸ் போன்றவர்களுக்கும் உள்ள தொடர்பைப் பற்றி எழுதுகிறார்கள். ஆனால் உண்மை என்பது அவர்களிடமிருந்து தப்பித்து மிக தொலைவிற்குச் சென்று விடுகிறது.

மண்ட்டோவின் படைப்புத்திறன் என்பது அவனை உருவாக்கியிருந்த இரண்டு முரண்பட்ட குணாம்சங்களின் விளைவுதான். அவனின் தந்தை - கடவுள் மன்னிக்க வேண்டும் - மிகவும் அதிகாரத்தோரணையோடு இருந்தவர். அவனின் தாயோ மிகவும் இளகிய மனம் கொண்டவராக இருந்தார். இந்தக் கோதுமை தானியம் இரண்டு முரண்பட்ட சக்திகளுக்கு இடையில் சிக்கி எத்தகையதாக உருப்பெற்றிருக்கும் என்று உங்களால் மிக எளிதாகக் கற்பனை செய்து பார்க்க முடியும்.

அடுத்து நான் அவனின் பள்ளி நாட்களுக்கு வருகிறேன். அவன் புத்திசாலி என்றாலும் குறும்புக்காரப் பையனாக இருந்தான்.

அந்த நேரத்தில் அவன் அதிகப்பட்சமாக மூன்றரை அடி உயரம் தான் இருந்திருப்பான். பெற்றோர்களுக்கு கடைசிப் பையன் என்பதால் எல்லோராலும் மிகவும் நேசிக்கப்பட்டான். ஆனாலும் அவனுடைய மூன்று மூத்த சகோதரர்களைச் சந்திப்பதற்கான சந்தர்ப்பம் அவனுக்குக் கிடைக்கவே இல்லை. அவர்களுக்கும் அவனுக்கும் நிறைய வயது வித்தியாசம் இருந்தது. அவர்கள் ஐரோப்பாவில் படித்துக் கொண்டிருந்தார்கள். அவர்கள் அவனுடைய தந்தையின்

முதல் மனைவிக்குப் பிறந்த சகோதரர்கள். அவர்கள் வீட்டிற்கு வந்து இளைய சகோதரனை அன்போடு நடத்த வேண்டும் என்று அவ்வளவு ஏங்கினான்! அவனின் அந்த எண்ணம் இலக்கிய உலகம் அவனைப் பெரிய சிறுகதை எழுத்தாளனாக அங்கீகரித்த பிறகே நிறைவேறியது.

நாம் இப்போது அவனின் கதை சொல்லும் திறன் பக்கம் திரும்புவோம். அவன் முதல் தரமான ஏமாற்றுக்காரன். அவன் எழுதிய முதல் கதை 'தமாஷா'. அது ஜாலியன் வாலாபாக் படுகொலையை அடிப்படையாகக் கொண்டது. அந்தக் கதையை அவனின் உண்மையான பெயரில் பிரசுரிக்காமல் போலீஸின் பிடியில் இருந்து தப்பினான். பிறகு எல்லாவற்றையும் எதிர்க்கும் அவனின் மனோபாவம் உயர்கல்வி கற்க வேண்டும் என்ற ஆவலைத் தூண்டியது. மெட்ரிக்குலேஷன் தேர்வில் இரண்டு முறை தோல்வியைச் சந்தித்தான் என்ற சுவாரஸ்யமான தகவலை இங்கு சொல்லத்தான் வேண்டும். மூன்றாவது முயற்சியில் அதுவும் மூன்றாம் வகுப்பில் தான் தேறினான். அதுவும் உருது பாடத்தில் தோல்வியுற்றான் என்று தெரிந்து கொண்டால் நீங்கள் ஆச்சர்யப் படுவீர்கள். இப்போது எல்லோரும் அவனை உருதுவின் மிகச் சிறந்த எழுத்தாளன் என்று சொல்கிறார்கள். இதைக் கேட்கும் போதெல்லாம் எனக்குச் சிரிப்புதான் பிறக்கிறது. ஏனெனில் இப்போது கூட அவனுக்கு உருது அவ்வளவு நன்றாகத் தெரியாது. கையில் வலையுடன் பட்டாம் பூச்சியைப் பிடிக்க முயற்சிப்பவன் போல வார்த்தைகளைப் பிடிக்க இன்னமும் முயற்சித்துக் கொண்டிருக்கிறான். ஆனாலும் அவை அவன் கைகளுக்குள் பிடிபட மறுக்கின்றன. அதனாலேயே அவனின் எழுத்துக்களில் அழகான வார்த்தைகளுக்குப் பஞ்சம் இருக்கிறது. அவன் எல்லாவற்றிற்கும் தடியை எடுக்கும் கூட்டத்தைச் சேர்ந்தவன். அதனாலயே அவன் தோள்களில் விழும் உதைகளைச் சந்தோஷ மாக ஏற்றுக்கொள்கிறான்.

நான்கு பேர் கூடியிருக்கும் இடத்தில் சண்டை போடுவதில் மண்ட்டோ மிகவும் திறமை வாய்ந்தவன். அதில் இருக்கும் அவனின் திறமை, பொதுவாகச் சொல்லும் உவமையில் சொல்வதென்றால் 'ஜாட்' முறையில் சண்டை போடுவது போல் இருக்காது. அதற்கு நேர்மாறாக மிகவும் புத்திசாலித்தனமாகக் காய்களை நகர்த்தி சண்டை போடுவான். பழக்கப்பட்ட பாதைகளில் நடப்பதை நிராகரிப்பவர்களில் அவனும் ஒருவன். அதனால் எப்போதும் கயிற்றின் மேல் நடப்பதையே விரும்பினான். எந்த நொடியும் அவன் கீழே விழுந்து விடுவான் என்று எல்லோரும் எதிர்பார்க்கிறார்கள். ஆனால் இதுவரை அந்த வெட்கம்கெட்டவன் ஒரு முறை கூட கீழே விழவில்லை. ஒரு நாள் குப்புற விழுந்து அதற்குப் பிறகு எழுந்து கொள்ள முடியாமல் போகவும் வாய்ப்புகள் உண்டு. ஆனால் அவன்

சாகப்போகும் அந்தக் கடைசி நேரத்தில் கூட கீழே விழுந்தது அதன் சுகத்தை அனுபவிக்கத்தான் என்று தான் சொல்லுவான் என்று எனக்குத் தெரியும்!.

மண்ட்டோ முதல் தரமான ஏமாற்றுக்காரன் என்று முன்பே சொல்லிவிட்டேன். இதற்கு மேலும் சாட்சியாக, அவன் கதைகளை எழுதுவதில்லை என்றும் கதைகள்தான் அவனை எழுதுகிறது என்றும் அவன் சொல்லியிருப்பதைச் சொல்லலாம். இதெல்லாம் ஏமாற்றுவேலை. உண்மை என்னவென்றால் கதையெழுதவேண்டும் என்று விரும்பினால் - மிகச் சரியாகச் சொல்வதென்றால் கோழி, முட்டை போடுவதற்கு முன் எப்படியெல்லாம் உணர்கிறதோ, அதுபோலவே அவனும் உணர்கிறான் என்று எனக்குத் தெரியும். ஆனால் அவன் முட்டையை மறைவில் போடுவதில்லை. எல்லோரும் பார்த்துக்கொண்டிருக்க அவன் முட்டையிடுகிறான். நண்பர்கள் கூடியிருக்க, அவனின் மூன்று பெண்களும் பெரும் சத்தம் எழுப்பிக்கொண்டிருக்க அவனுக்காகப் பிரத்தியேகமாகச் செய்யப்பட்ட நாற்காலியில் கால்கள் இரண்டையும் நெடுக்காக மடித்து வைத்துக்கொண்டு முட்டைகளைப் போடுகிறான். நேரம் எதுவும் எடுத்துக்கொள்ளாமலேயே அந்த முட்டைகள் கதை வடிவில் கோழிக்குஞ்சுகளாக உருமாறுகிறது.

அவன் எழுத்தாளனாக இருப்பதில் அவனின் மனைவிக்கு விருப்பம் இல்லை. அவன் எழுதுவதை நிறுத்திவிட்டு எங்காவது மளிகை கடை ஒன்று வைக்கும்படி சொல்கிறாள். ஆனால் மண்ட்டோவின் கற்பனையில் எப்போதும் திறந்து கிடக்கும் கடை, எல்லா மளிகைக் கடைகளும் கொண்டிருக்கும் பொருட்களைக் காட்டிலும் மிக அதிகமான பொருட்களைக் கொண்டிருக்கிறது. அதனாலேயே அவன் ஒரு கடை வைத்தாலும் அவனே அதில் உள்ள குளிர் பெட்டியாய் மாறி அவனுள் இருக்கும் எண்ணங்களும் கருத்துகளும் உறைந்து போய்விடுமோ என்று பலமுறை நினைத்துப் பார்த்திருக்கிறான்.

நான் இதை எழுதிக் கொண்டிருக்கும் போது மண்ட்டோ என் மீது கோபம் கொள்வானே என்று பயமாக இருக்கிறது. அவனின் விசித்திரமான செயல்பாடுகளைக் கூட ஒருவனால் பொறுத்துக் கொள்ள முடியும், ஆனால் அவன் கோபத்தில் செய்வதைப் பொறுத்துக்கொள்ள முடியாது. அப்போது அவன் அரக்கன் போல் மாறிவிடுகிறான். உண்மைதான், ஒரு சில நிமிடங்களுக்குத்தான். ஆனாலும் அந்த ஒரு சில நிமிடங்களுக்குக் கடவுள்தான் உங்களைக் காப்பாற்ற வேண்டும்.

அவனின் கதை எழுதும் திறமைப் பற்றி நிறைய உளறிக் கொண்டிருப்பான். ஆனால் நான் தான், 'அவன்' என்பதால்

அவன் தன்னைப் பகட்டாகக் வெளிப்படுத்திக் கொள்வதுக்கூட, ஏமாற்று வேலை தான் என்று எனக்குத் தெரியும். எங்கோ ஒரு முறை அவனின் சட்டைப்பையில் நிறைய கதை கட்டுகள் இருப்பதாக எழுதியிருக்கிறான். ஆனால் உண்மை அதற்கு நேர்மாறானது. கதை எழுதவேண்டும் என்று நினைத்தால் இரவு முழுக்க சிந்தித்துக் கொண்டிருப்பான், ஆனால் அதில் இருந்து ஏதும் உருவாகாது. காலையில் ஐந்து மணிக்கு எழுந்து, செய்தித்தாள்களில் ஏதேனும் கதை கிடைக்குமா என்று தேடிப்பார்ப்பான். ஆனால்

அதுவும் தோல்வியைத் தரும். சூடேறிப்போயிருக்கும் அவனின் மண்டையைக் குளிர்ச்சியாக்கினால் ஏதேனும் சிந்திக்க முடியும் என்று குளியல் அறைக்குச் சென்று ஜில்லென்று தண்ணீரைத் தலையில் ஊற்றிக்கொள்வான். ஆனால் இவை ஏதும் எந்தப் பயனும் தராது. எரிச்சலடைந்து காரணமே இல்லாமல் மனைவியோடு சண்டையைத் துவங்குவான். அதிலும் தோல்வியுற்று பான் வாங்க வெளியே கிளம்புவான். ஆனால் பான் மேஜை மீது வெறுமனே அமர்ந்திருக்க, கதைக்கான விஷயம் அவனுக்கு இன்னும் பிடிபடாமல் இருக்கும். இறுதியாக நம்பிக்கையிழந்த நிலையில் பேனாவோ, பென்சிலோ எடுத்து, 786 என்று மேலே எழுதி மண்டைக்குள் தோன்றுவதை முதல் வரியில் கிறுக்கத் தொடங்குவான். 'பாபு கோபிநாத்', 'டோபா டேக் சிங்', 'மம்மி', 'ஹட்டாக்'(அவமானம்), 'மோஸல்' எல்லாம் இப்படித் தான் மோசமான முறையில் மண்ட்டோவால் எழுதப்பட்டன.

மக்கள் அவனை மதநம்பிக்கை இல்லாதவன் என்றும் ஆபாசக் காரன் என்றும் சொல்வது விநோதமாக இருக்கிறது. இந்தச் சொற்களின் எல்லைக்குள் வைத்து பார்க்கப்படவேண்டியவன் என்று தான் நானும் நினைக்கிறேன். இதற்குக் காரணம் நாகரீக மற்றது என்று பொதுவாகக் கருதப்படும் விஷயங்களையும், ஏற்றுக்கொள்ள முடியாது என்று கருதப்படும் வார்த்தைகளையும் தான் அவன் தன்னுடைய எழுத்துக்களில் உபயோகிக்கிறான். இருந்தாலும் அவன் எப்போது என்ன எழுதினாலும் முதல் பக்கத்தின் மேலே பிஸ்மில்லா என்பதைக் குறிக்கும் 786ஐ எழுதி விட்டுத்தான் எதையும் எழுதத் தொடங்குகிறான் என்று எனக்குத் தெரியும். இந்த மண்ட்டோ, மதநம்பிக்கை அற்றவன் என்று அறியப்படுகிறவன் காகிதத்தில் மதநம்பிக்கை உள்ளவனாகவும், ஓர் இறைவிசுவாசியாகவும் மாறிவிடுகிறான். இதுதான் மிகவும் மென்மையான தோள்களைக் கொண்ட மண்ட்டோ. உங்களின் விரல்களால் ஒரு முட்டை ஓட்டை உடைப்பது போல அவனை உடைத்து விடலாம். இல்லை எனில் அவன் இரும்பு சுத்தியால் அடித்தாலும் தாங்கிக் கொள்ளும், உடைக்கப்பட முடியாதவன்.

நான் இப்போது மண்ட்டோவின் தனித்துவத்தைப் பற்றிச் சொல்கிறேன். அதை ஓரிரு வார்த்தைகளில் சொல்லிவிடலாம் - திருடன், பொய்யன், ஏமாற்றுக்காரன், கூட்டத்தைச் சந்தோசப் படுத்த எதையும் செய்யக்கூடியவன். பலமுறை அவன் மனைவியின் அஜாக்கிரதையைத் தனக்குச் சாதகமாக்கிக் கொண்டு, தனக்கு தேவைப்படும் நூறு ரூபாய் நோட்டுகளை எடுத்துக்கொள்வான். மாதத் துவக்கத்தில் அவளிடம் எண்ணூறு ரூபாயைக் கொடுத்து விட்டு அதை அவள் எங்கே வைக்கிறாள் என்று மிகக் கவனமாகப் பார்த்துக்கொள்வான். அடுத்த நாளே அங்கிருந்து நூறு ரூபாயைத் திருடிக்கொள்வான். பாவம் அந்தப் பெண்மணி, காணாமல் போனதைக் தெரிந்து கொண்டால், அதனால் வேலைக்காரர்கள் கடிந்து கொள்ளப்பட்டு, திருடியதற்காகத் தண்டிக்கப்படுவார்கள்.

பொதுவாக மண்ட்டோ முகத்திற்கு நேராகப் பேசக்கூடியவன் என்று கருதப்படுகிறான். இந்தப் பார்வையை நான் ஏற்றுக்கொள்ள மாட்டேன். அவன் முழுக்க முழுக்கப் பொய்யானவன். தொடக்கத்தில் அவன் சொன்ன பொய்களில் பிரத்தியேகமான மண்ட்டோ தன்மை கலந்திருந்ததால், அவன் குடும்பத்தாரிடம் இருந்து தப்பித்துக்கொண்டான். ஆனால் பிறகு அவனின் மனைவி 'ஏதோ பிரத்தியேக விஷயம்' என்று சொல்லப்பட்டது எதுவா னாலும் அது பொய் என்று கண்டுபிடித்துவிட்டாள். மண்ட்டோ பொய்யை எப்போதாவதுதான் உபயோகித்தான் என்றாலும் இப்போது அவன் எது சொன்னாலும் பொய்தான் என்று அவனின் குடும்பத்தார் நினைக்கத் தொடங்கியதுதான் பெருத்த அவமானம். இது ஒரு பெண் அவளின் கன்னங்களில் கருப்பு மை தடவி வைத்துக்கொள்வது போல் இருக்கிறது.

மண்ட்டோ அறிவில்லாதவன். அவன் மார்க்ஸை எப்போதும் படித்தது கிடையாது. ஃப்ராய்டின் படைப்புகளைக் கண்ணால் பார்த்தது கூட கிடையாது. அவனுக்கு ஹெகல் மற்றும் ஹாவ்லொக் பற்றி பெயர் அளவில் மட்டும் தான் தெரியும். ஆனாலும் எல்லோரும் - நான் விமர்சகர்களைச் சொல்கிறேன் - இந்தச் சிந்தனையாளர்களால் பாதிக்கப்பட்டவன் என்று சொல்வதைக் கேட்கும்போது வேடிக்கையாக இருக்கிறது. எனக்குத் தெரிந்த மட்டில் அவன் யாருடைய சிந்தனைகளாலும் எப்போதும் பாதிக்கப்படவில்லை. இந்த உலகத்தை விளக்க முயற்சிப்பவர்கள் எல்லோரையும் முட்டாள்கள் என்றே கருதினான். இந்த உலகத்தை ஒருவனால் மற்றொருவனுக்கு விளக்க முடியாது... ஒருவன் தானாக அதைப் புரிந்து கொள்ள வேண்டும்.

தன்னைப் புரிய வைப்பதற்காக அவன் செய்த முயற்சிகள் எல்லாம் அவனைப் புரிந்து கொள்ள முடியாத ஏதோ ஒன்றாக மாற்றிவிட்டது.

பல சமயங்களில் எனக்குச் சிரிப்பை வரவழைக்கும் அளவிற்கு அவன் முட்டாள் தனமாகப் பேசுகிறான்.

நான் மிகவும் தீர்மானமாக இதைச் சொல்ல முடியும்.

ஆபாச எழுத்தாளன் என்று பலமுறை நீதிமன்றத்திற்குக் கொண்டு செல்லப்பட்ட இந்த மண்ட்டோ தூய்மையை நேசித்தான்.

நான் இதையும் சொல்லத்தான் வேண்டும். எளிதில் திருப்தி கொள்ள முடியாத அளவிற்குத் தூய்மையை நேசித்ததால் அவனை எப்போதும் சுத்தப்படுத்திக் கொண்டே இருந்தான்.

◉

எதிர்வினைகள் - பதில்கள்
சாதத் ஹசன் மண்ட்டோ

'தண்டா கோஷ்' (இத்தொகுப்பில் சில்லிட்டுப்போன சதைப்பிண்டம்) சிறுகதை எழுப்பிய பிரச்சனையைத் தொடர்ந்து, கொஞ்ச நாட்களுக்கு சிறுகதை எழுதுவதை நிறுத்தி விட்டு 'AFAQ' என்ற செய்தித்தாளில் பம்பாய் திரையுலகின் பிரபலங்கள் பற்றிய நினைவோடைகள் எழுதத் தொடங்கினார் மண்ட்டோ. அதிலும் அவர் கடுமையான விமர்சனத்திற்கு உள்ளாக வேண்டியிருந்தது.

"நான் இப்படித்தான் அந்தக் காலத்தை நினைவு கூர்கிறேன்: அரசாங்கத்தின் வெறுப்பை சம்பாதிப்பதில் இருந்தும், எழுதப் படுவதெல்லாம் மிகச் சுத்தமாக இருக்கவேண்டும் என்று பிரகடனப் படுத்துபவர்களிடமிருந்தும் ஒரு வழியாக என்னைக் காப்பாற்றி கொண்டு விட்டேன் என்ற சந்தோஷத்தில் இருந்தேன். ஆனால் நான் தவறாகப் புரிந்து கொண்டு இருந்தேன். என்னுடைய முதல் கட்டுரை வெளிவந்தவுடன் பெரும் கூச்சல் உருவானது. அந்தச் செய்தித்தாளுக்கு மூட்டை மூட்டையாய் அந்தக் கட்டுரையை எழுதியவனை நிராகரித்து கடிதங்கள் வந்தன... அதற்குப் பிறகு 'கிருஷ்ணனின் வேய்ங்குழல்' என்ற கட்டுரை வெளிவந்தவுடன் சியால் கோட்டில் இருந்து நயார் பானோ என்ற பெண்மணி நீண்ட கடிதத்தை பத்திரிகையின் ஆசிரியருக்கு எழுதியிருந்தார். நான் அதைப் படித்ததும் அவருக்காக வருத்தம் கொண்டேன். அவரின் கடிதங்களில் இருந்து சில பகுதியைக் கொடுக்கிறேன்:

"நான் திரைப்படங்களுக்குப் போவதை மிகப்பெரிய பாவமாகக் கருதவில்லை. என்னுடைய கண்கள் படங்களைப் பார்க்கும் போது துணி கொண்டு கட்டிக்கொள்வதுமில்லை. எனக்கு ஐந்து குழந்தைகள் இருக்கிறார்கள். அவர்கள் நேர்மையான வழியில் வளரவேண்டும் என்று விரும்புகிறேன். ஆனாலும் திரைப்படங்கள் பார்த்துபழக்கப்படுவது ஒருவனின் நற்குணங்கள் உருவாக்கத்திற்குத் துணை புரிவதைவிடக் கேடுதான் விளைவிக்கிறது என்று கருதுவதால் நான் திரைப்படங்களுக்குப் போவதை நிறுத்திக் கொண்டேன். நான் திரைப்படங்களுக்குச் சென்றால் என்னுடைய குழந்தைகளும் வருவார்கள். பிறகு எப்போதெல்லாம் சந்தர்ப்பம் கிடைக்கின்றதோ அப்போதெல்லாம் அதற்குத் தயாராகுவார்கள். நான் வளர்ந்த பெண்மணிதான் என்றாலும் சில படங்களைப்

பார்ப்பதை என்னால் சகித்துக்கொள்ள முடியவில்லை. நான் அவற்றைக் கீழ்த்தரமாகவும் அவற்றைப் பார்ப்பதன் மூலம் நான் மற்றொருவரின், அந்தரங்கத்தில் ஊடுருவுவதாகவும், கௌரவம் என்ற அடிப்படையான விஷயத்தை மீறுவதாகவும் கருதுகிறேன். அப்படிப்பட்ட பத்திரிகைகள், செய்தித்தாள்கள், புத்தகங்கள் எல்லாம் குழந்தைகளின் பார்வைக்கு வெளியே வைக்கப்படவேண்டும் என்று நீங்கள் ஒருவேளை சொல்லக் கூடும். இதைச் செய்வதைக் காட்டிலும் சொல்லுவது சுலபம். இதற்கு அர்த்தம் என்ன என்றால் இதை எல்லாம் மேசை மீது வைப்பதற்குப் பதிலாக அலமாரியில் பூட்டி வைக்க வேண்டும் என்றே கொள்ள முடியும். இப்போது நீங்களே மறுமுறை 'கிருஷ்ணனின் வேய்ங் குழலை'ப் படித்துப்பாருங்கள். அதில் இருப்பது என்ன என்று தீர்மானித்துக் கொள்ளுங்கள். ஒரு மனிதனால் அவன் எவ்வளவு கீழ்த்தரமானவனாக இருந்தாலும் நேர்மையான வாழ்வில் இருந்து விலகியவனாக இருந்தாலும் தன்னுடைய மனைவியும் குழந்தைகளும் சூழ்ந்திருக்க நீங்கள் எழுதி யிருக்கும் அனுபவங்களை வீட்டில் சொல்ல முடியும் என்று நினைக்கிறீர்களா? அவன் எவ்வளவு குடித்திருக்கிறான் என்பது பற்றியோ குடிப்பதில் அவன் எவ்வளவு விருப்பம் கொண்டுள்ளான் என்பது பற்றியோ கவலைப்படுவதற்கு ஏதும் இல்லை. அவன் அசிங்கத்தைத் தவிர வேறு எதையும் பேசாதவனாகவும் பெண்களைச் சாப்பாட்டிற்கு ஊறுகாய் தொட்டுக்கொள்வது போல் பார்க்கிறவனாகவும் இருந்திருக் கலாம். அவனால் ஒரு பெண்ணைத் தேவடியா என்பதைத் தவிர வேறுமாதிரி அழைக்கவே முடியாதா? படுக்கையில் தனக்கு அருகில் ஒரு பெண் இல்லை என்பதால் அதற்குத் தீ வைத்துக் கொளுத்துகிறான். தயவு செய்து சொல்லுங்கள் உங்களுடைய செய்தித்தாளில் இப்படிப்பட்ட விஷயங ்களைப் பிரசுரிப்பது மூலம் இந்தச் சமூகத்திற்கும் அதன் நெறிமுறைகளுக்கும் என்ன செய்கிறீர்கள். மற்றவர்களுக்கு வீடு குடும்பம் குழந்தை என்று இருப்பது போலவே உங்களுக்கும் இருக்கிறது என்பதை நீங்கள் நினைத்துப் பார்க்க வேண்டும் அல்லது இந்த உலகம், குப்பையைக் கிளறி அவர்களையும் மற்றவர்களையும் அழுக்குப்படுத்திக் கொள்வதோடு அப்பாவிகளின் மனதில் நோயைப் பரப்பி, தங்களுடைய கற்பனைகளுக்கு எல்லாம் செயல் வடிவம் கொடுக்கக் கூடிய ஆண்களுக்கு மட்டுமே சொந்தமானதா? இவர்கள் யாருக்கும் கடமைப்பட்டவர்கள் இல்லையா? என்னைப் போன்ற மனிதர்களுக்கான புகலிடம் எது? நாங்கள் எங்களை எவ்வாறு பாதுகாத்துக் கொள்வது? பெற்றோர்களால் செய்யக்கூடியது இது ஒன்றாகத்தான் இருக்க முடியும். செய்தித்தாள்கள், பத்திரிகைகள்,

இலக்கியங்கள் பரப்பிக்கொண்டிருக்கும் தீயதை எதிர்ப் பதற்குப் பதில் அதைச் செய்து கொண்டிருப்பவர்களோடு இணைந்து கொள்வது; தந்தைமார்கள் அவருடைய மகன்களுக்கு எப்படிக் குடிபோதையில் மூழ்குவது என்றும், எப்படித் தேவடியாப் பெண்களைக் கட்டிலுக்கு இழுத்து வருவது என்றும் சொல்லிக்கொடுப்பதை தவிர வேறு வழியில்லை. தாய்மார்கள் அவர்களுடைய மகள்களுக்கு நவீன முறையில் எப்படி ஓர் ஆணோடு படுத்துக்கொள்வது என்று கற்றுக்கொடுக்கவேண்டும். அது எப்படிப்பட்ட உலகமாக இருக்கும் என்று தயவு செய்து நினைத்துப் பாருங்கள். கடவுள்தான் நம்மைக் காப்பாற்ற வேண்டும். நினைத்துப் பார்த்தாலே நடுக்கம் கொள்கிறேன்."

நான் இந்தக் கடிதத்தைப் படித்த போது கடவுள் மீது சத்தியமாக நான் மிகவும் பாதிக்கப்பட்டேன். நயார் பானோவின் நிலைக்காக நான் இரக்கம் கொண்டு, நான் அவருக்குச் செய்த அநீதிக்காக ஏதேனும் ஈடு செய்யவேண்டும் என்று நினைத்தேன். ஆனால் நான் சிந்தித்துப் பார்த்த பிறகு பத்திரிகைகளில் பிரசுரிக்கப்படும் புகைப்படங்களைப் பார்த்து தன்னுடையக் கண்களை தாழ்த்திக் கொள்கிறவர்களும், அதைப் பார்ப்பதன் மூலம் மற்றவர்களின் அந்தரங்கத்தில் ஊடுருவுவதாக நினைக்கும் அந்தப் பெண்மணிக்கும் நான் ஏதேனும் பதில் கொடுத்தால் அதை அவரால் தாங்கிக் கொள்ள முடியாமல் போகலாம். அவர் மயக்கம் கொண்டு கீழே விழலாம். ஒருவேளை அதிர்ச்சியில் மரணமும் கொள்ளலாம். எனக்குச் சந்தேகமே இல்லை நயார் பானோ போன்றவர்கள் நோயுற்றவர்களின் வகையைச் சேர்ந்தவர்கள். நாம் அவர்கள் மீது இரக்கம் கொள்ள வேண்டும். அதற்கான சிகிச்சை என்பது - என்னால் கொடுக்க முடிந்தது இது தான்: மது புட்டிகளின் மூடிகள் எல்லாத் திசையிலும் பறந்து கொண்டிருக்க, ஒரு நீச்சல் குளம் முழுக்க மது கொண்டு நிரப்ப வேண்டும். உலகத்தில் உள்ள மிக மோசமான சகதியை அவர்களின் நன்மைக்காக எட்டி உதைக்க வேண்டும். அவர்களின் தலையில் குப்பைகளை அள்ளி போட்டுக் கொள்ள வேண்டும். ஒருவரால் இதைச் செய்ய முடியவில்லை என்றால் அதைச் செய்வதற்காக மனிதர்களை வாடகைக்கு அமர்த்திக் கொள்ள வேண்டும். அவரின் காதுகளில் எல்லாக் கெட்ட வார்த்தைகளையும் உரக்கக் கத்திச் சொல்ல வேண்டும். ஷமா, பிஷ்வின் சாதி, ரோமன் போன்ற குப்பைகளில் (பாலியல் நோய் குறித்த ரகசிய விளம்பரங்கள்) வரும் விளம்பரங்களைத் திரும்பத் திரும்ப அவர்களின் காதுகளில் கத்த வேண்டும். இந்த மருந்தும் அவர்களின் நோயைக் குணப்படுத்தவில்லை என்றால் சாதத் ஹசன் மண்ட்டோவை அழைத்து, நயார் பானோவின் பழைய செருப்பை எடுத்து அவனின் தலை முடியெல்லாம் உதிர்ந்து வழுக்கையாகும் அளவிற்கு அடித்துக்கொள்ளச் சொல்ல வேண்டும்."

- நினைவோடைகளில் இறந்தவர்களைக் கொச்சைப் படுத்தி அவர்களின் அந்தரங்கங்களைத் திருடுகிறான் என்ற வேறொரு விமர்சனத்திற்கு மண்ட்டோவின் பதில்:

"நான் பாவம் செய்திருந்தால் என் முழு பிரக்ஞையோடு அதைப் பாவம் என்று அறிந்தும் நான் அந்தப் பாவத்தைச் செய்திருக்கிறேன். அந்த விமர்சகர் நாகரீகமான சமூகத்திலும் எல்லா நாகரீகமான நாடுகளிலும் இறந்து போனவர்களைப் பற்றி, அவர்கள் ஒருவனின் எதிரியாக இருந்தாலும் கூட நல்ல வார்த்தைகளைதான் சொல்ல வேண்டும் என்று எதிர்பார்க்கிறார். அவர்களின் பலங்கள் மட்டுமே முன்வைக்கப்பட்டு அவர்களின் பலவீனங்கள் கண்டு கொள்ளா மலும் மறைக்கப்பட வேண்டும் என்றும் விரும்புகிறார். ஒவ்வொரு இறந்த மனிதனின் நடத்தைகளும் தனித்தன்மைகளும் வண்ணான் கடைக்குப் போட்டு மிகச் சுத்தமாக்கி 'வாழ்த்துகளின் நினைவு களோடு' என்ற அட்டையைக் கட்டித் தொங்கவிடவேண்டும் என்று எதிர்பார்ப்பது உண்மை என்றால் அந்த நாகரீகமான சமூகங்கள் மீதும் நாகரீகம் அடைந்த நாடுகள் மீதும் ஆயிரம் சாபங்களை இடுகிறேன். என்னுடைய இல்லறத்தில் நான் சீப்புகளோ ஷாம்புகளோ வைத்திருப்பதில்லை. மனிதர்களுக்கு எப்படி ஒப்பனை செய்வது என்று எனக்குத் தெரியாது. 'ஆகா ஹாஷ்ர்'ரின் (இந்தியாவின் ஷேக்ஸ்பியர் என்று கொண்டாடப் பட்ட நாடக ஆசிரியர்) கண்கள் கோணலாக இருந்தால் அந்தக் கோணல் கண்களை நேராக்குவதற்கு என்னிடம் இயந்திரங்கள் எதுவும் இல்லை. அவர் வாயில் இருந்து நான்கு வார்த்தை ஆங்கில வார்த்தை வருவதற்குப் பதில் என்னால் பூக்களை வரவழைக்க முடியாது. மீராஜியின் (வினோதமான, வித்தியாசமான நடத்தை யைக் கொண்டிருந்த உருது கவிஞர்) மாறுபட்ட நடத்தையை என்னால் சுத்தம் செய்ய முடியாது. அதுபோலவே என்னுடைய நண்பன் ஷியாம் சுயநம்பிக்கை கொண்ட பெண்களை 'தேவடியா' என்று சொல்வதை என்னால் தடுக்க முடியாது. நான் அறுவை சிகிச்சை செய்வதற்காக அனுமதிக்கப்படும் ஒவ்வொரு தேவ தூதர்களின் உடலிலும் ஒரே ஒரு முடிகூட இல்லாத அளவிற்கு மிகச் சுத்தமாக சிரைத்துவிடுகிறேன்."

- "தண்டா கோஷ்" சிறுகதை ஆபாசமானது என்று தொடரப்பட்ட வழக்கில் லாகூர் உயர்நீதிமன்றம் செக்சன் 292 ஐபிசி படி இவ்வாறு தீர்ப்பளித்தது:

ஓர் எழுத்தாளனின் குறிக்கோள் என்னவென்பதோ, அது நல்லதா கெட்டதா என்பது பற்றியோ சட்டம் அக்கறை கொள்ள முடியாது. சட்டம் ஒரு வாசகனின் மனநிலை எவ்வழியில் நடத்தி செல்லப்படுகிறது என்பதைப் பற்றி மட்டுமே கவலைப்பட முடியும். ஓர் எழுத்து ஆபாச உணர்வுகளை நோக்கி வாசகனை

அழைத்துச் செல்லும் என்றால் அந்த எழுத்தை ஆபாசமானது என்று கருது வதற்கும் அதற்காகத் தண்டனை கொடுப்பதற்கும் தகுதி உடையது ஆகிறது.

இந்தத் தீர்ப்பை பற்றிப் 'Pas Manzar'-ல் மண்ட்டோ எழுதியது...

"கனவான்களே, மண்ட்டோவுக்குப் பைத்தியம் பிடித்து விட்டால் அவனின் மனைவி மற்றும் குழந்தைகளின் கதி என்ன வாகும் என்று நான் கவலைப்படுகிறேன்".

"அவர்கள் நரகத்துக்குப் போகட்டும். சட்டம் எப்படி இதோடு சம்பந்தப்பட்டிருக்க முடியும்"

"நீ சொல்வது சரியாக இருக்கலாம். ஆனால் அரசாங்கம் அவர்களுக்கு உதவ முன்வராதா?"

"அரசாங்கமா? ஆனால் அது முற்றிலும் வேறான விஷயம். அரசாங்கம் அவர்களுக்கு உதவவேண்டும் என்று நானும் நம்பு கிறேன். வேறெதுவும் செய்யவில்லை என்றாலும் அரசாங்கம் செய்தித்தாள்களில் இந்த விஷயத்தைப் பற்றிச் சிந்தித்துக் கொண்டிருப்பதாக அறிவிப்பு செய்ய வேண்டும்"

"ஆனால் அரசாங்கம் இந்த விஷயத்தைப் பற்றிச் சிந்தித்து முடிவெடுப்பதற்குள் எல்லாம் முடிந்துவிடும்."

"உண்மைதான். எல்லா விஷயங்களும் அப்படித்தானே நடந்து கொண்டிருக்கிறது."

"மண்ட்டோவும் அவரின் குடும்பத்தாரும் சபிக்கப்பட வேண்டி யவர்கள். என்னிடம் சொல்லு, உயர்நீதி மன்றத்தின் தீர்ப்பு உருது இலக்கியத்தில் எத்தகைய பாதிப்பை ஏற்படுத்தும்."

"உருது இலக்கியம் கூட சபிக்கப்படவேண்டியதுதான்."

"வேண்டாம். தயவு செய்து அப்படிச் சொல்லாதே. இலக்கியம் என்பது ஒரு தேசத்தின் உண்மையான சொத்து."

"அப்படியும் ஒருவேளை இருக்கலாம். ஆனால் நாம் சொத்து என்று எதைச் சொல்கிறோம் என்றால் ரூபாய் வடிவத்தில் வங்கியில் இருப்பதை மட்டும்தான்."

"உன்னுடைய கருத்து கோடி ரூபாய்களுக்குச் சமமானது. ஆனால் செக்சன் 292 மாவோமின், மிர், ஹஸன், ஜாக், ஷாதி, ஹஃபீஸ் எல்லோரையும் ஒரே செயலில் ஒழித்துக் கட்டிவிடும்."

"உண்மைதான். அது அப்படித்தான் நடக்கும். இல்லையென்றால் செக்சன் 292 - ன் பயன் என்ன?"

"தங்களை எழுத்தாளராகவும் கவிஞர்களாகவும் பிரகடனப் படுத்திக் கொள்கிறவர்கள் காலம் கடப்பதற்கு முன் புத்தியைப் பெறவேண்டும். அவர்கள் கண்ணியமான வாழ்க்கை நடத்துவதற்கு வேறு ஏதேனும் தொழிலுக்கு மாற்றிக்கொள்ள வேண்டும்."

"அவர்கள் அரசியல் தலைவர்களாக வரவேண்டும்."

"ஆனால் முஸ்லீம் லீக் தலைவர்களாக மட்டுமே வரவேண்டும்"

"ஆமாம். நான் சொல்ல வருவதும் அதேதான். வேறொரு கட்சிக் குத் தலைவராவது என்பது நேரடியாக ஆபாசமான விசயம்."

"உண்மைதான். மிகவும் ஆபாசமானது."

◉

அங்கிள் சாம்'க்கு...
மண்ட்டோ கடிதம்

15, மார்ச் 1954

31, லஷ்மி மேன்ஷன்,
ஹால் வீதி,
லாகூர்.

அன்புள்ள அங்கிள்,

வணக்கம்.

நீண்ட இடைவெளிக்குப் பிறகு நான் இதை எழுதுகிறேன். விஷயம் என்னவென்றால் நான் நோயுற்று இருந்தேன். எங்களுடைய கவித்துவ மரபில் நோய்க்கான மருந்து என்பது நீண்ட கழுத்துள்ள குவளையிலிருந்து, உமர்கயாமின் கவிதைகளிலிருந்து நேரடியாகத் தோன்றும் ஒயிலான கவர்ச்சி மங்கைகள், அருமருந்தை ஊற்றிக் கொடுப்பதில்தான் உள்ளது. இருந்தாலும் நான் இதையெல்லாம் வெறும் கவிதை என்றே நினைக்கிறேன். குவளையை ஏந்திவரும் அழகு மங்கைகள் பற்றிப் பேசுவதற்கு ஒன்று மில்லை. இங்கு தாடி முளைத்த கோரமான வேலையாட்கள் கூட குவளை ஏந்தி வருவது கிடையாது.

இந்த மண்ணிலிருந்து அழகெல்லாம் ஓடோடி விட்டது. பெண்கள் முகத்திரைக்கு வெளியே வந்துவிட்டார்கள் என்றாலும், அவர்களுடைய முகத்தை ஒரே ஒருமுறை பார்த்தால் போதும், முகத்திரைக்குப் பின்னாலேயே அந்த முகங்கள் இருந்திருக்கலாம் என்று தோன்றுகிறது. உங்களுடைய மாக்ஸ் ஃபேக்டர் அவர்களுடைய முகங்களை மேலும் கோரமாக்கிவிட்டது. இலவச கோதுமை, இலவச இலக்கியம், இலவச ஆயுதங்கள் என்று நீங்கள் அனுப்பி வைக்கிறீர்கள். மிகத் தூய்மையான இருநூறு அமெரிக்கப் பெண்மணிகளை நீங்கள் ஏன் இங்கு அனுப்பி வைக்கக்கூடாது. குறைந்தபட்சம் குடிப்பதற்கு எப்படி ஊற்றிக் கொடுக்க வேண்டுமோ அப்படியாவது அவர்கள் ஊற்றிக் கொடுக்கட்டும்.

நான் நோயுற்றுப் போக காரணம், அசாத்திய வேகம் கொண்ட அந்த மதுதான். நான் கடவுளைச் சபிக்கிறேன். கலப்படம் ஏதும் இல்லாமல் நேரடியாகவும் வெளிப்படையாகவும் சொல்வதென்றால் - அது விஷம். எனக்கு ஏனென்று தெரியாததும் இல்லை. புரிந்து

கொள்ள முடியாததும் இல்லை. ஆனால் கவிஞன் மீர் எழுதிய வரிகள் என் நிலைப்பாட்டிற்கு மிகச் சரியாகப் பொருந்துகிறது.

எவ்வளவு சாதாரணமானவன் இந்த மீர்.

மருந்து விற்பவனின் மகன்தான் அவனை நோயுறச் செய்தான்

மருந்து விற்பவனின் மகன்தான் அவனுக்கு மருந்துகளை வாங்கி வர ஓடினான்.

எந்த மருந்து விற்பவனின் மகனால் அவன் நோயுற்றிருக்கிறான் என்று மீர் அறிந்திருந்தும், ஏன் அதே மருந்து விற்பவனின் மகனிடம் மருந்தை எதிர்பார்க்கிறான் என்று யாருக்குத் தெரியும். நான் எவனிடமிருந்து என் விஷத்தை வாங்குகிறேனோ அவன் என்னைக் காட்டிலும் மோசமாக நோயுற்றுக் கிடக்கிறான். நான் உயிரோடு இருப்பதற்குக் காரணம் கடின உழைப்புக்குப் பழக்கப்பட்டுப் போனதுதான். அவன் நிலையில் எனக்கு கொஞ்சமும் நம்பிக்கை இல்லை.

மூன்று மாதங்கள் மருத்துவமனையின் பொது வார்டில் இருந்தபோது அமெரிக்காவிலிருந்து எந்த உதவியும் எனக்குக் கிடைக்கவில்லை. நான் நோயுற்று இருந்ததையே நீங்கள் அறிந்திருக்க வாய்ப்பில்லை. அறிந்திருந்தால் நிச்சயமாக இரண்டு அல்லது மூன்று டெராமைசின் புட்டிகளை எனக்கு அனுப்பி வைத்து, அதற்காக இந்த உலகத்திலும் அடுத்த உலகத்திலும் நற்பெயரைப் பெற்றிருப்பீர்கள்.

அயல்நாடுகளில், எங்களை விளம்பரப்படுத்திக் கொள்வதில் செய்ய நிறைய இருக்கிறது என்றாலும் எங்களுடைய அரசாங்கம் எந்த நிலையிலும் எழுத்தாளர்கள், கவிஞர்கள் மற்றும் ஓவியர்கள் மீது கொஞ்சமும் ஈடுபாடு காட்டப் போவதில்லை.

என்னால் நினைவில் கொண்டு வர முடிகிறது. புலம்பிக் கொண்டிருந்த எங்களுடைய முந்தைய அரசாங்கம் 'ஃபிர்தௌஸி -இ- இஸ்லாம் ஹாபிஸ் ஜலாந்தரி'யை மாதம் ஆயிரம் ரூபாய் சம்பளம் என்று பாடல்களைப் பிரபலப்படுத்தும் நிறுவனத்தின் இயக்குநராக நியமித்தது. பாகிஸ்தான் உருவாக்கப்பட்ட பிறகு அவருக்குக் கொடுக்கப்பட்டது எல்லாம் ஒரு வீடும் ஒரு அச்சு இயந்திரமும்தான். இன்று நீங்கள் செய்தித்தாள்களை விரித்துப் பார்த்தால் என்ன பார்க்க முடிகிறது? பாகிஸ்தானுக்கு தேசியகீதம் உருவாக்க அமைக்கப்பட்ட குழுவிலிருந்து அவர் தூக்கி எறியப்பட்டதால், ஹாபிஸ் ஜலாந்தரி புலம்பிக் கொண்டிருக்கிறார். உலகிலேயே பெரிய இஸ்லாமிய நாட்டிற்குத் தேசியகீதம் எழுதுவதற்கும், ஏன் அதை இசை வடிவில் கொடுப்பதற்கும் உள்ள ஒரே கவிஞர் அவர்தான். பிரிட்டிஷார் போய் விட்டதால்

அவர் தன்னுடைய பிரிட்டிஷ் மனைவியை விவகாரத்து செய்துவிட்டார். இப்போது அவர் ஒரு அமெரிக்க மனைவியைத் தேடிக் கொண்டிருப்பதாகச் சொல்கிறார்கள். அங்கிள், கடவுளுக்குப் புண்ணியமாகட்டும். அவருக்கு இந்த விஷயத்தில் ஏதாவது உதவி செய்து, மிக மோசமான முடிவிலிருந்து அவரைக் காப்பாற்றுங்கள்.1

உங்களுடைய சகோதரன் மகன்கள் கோடிக்கணக்கில் இருந்தாலும், இந்த சகோதரன் மகன் போன்ற உண்மையானவனை நீங்கள் அணுகுண்டு வெளிச்சத்தில் கூட காண முடியாது. அதனால் நான் சொல்வதைக் கொஞ்சம் கவனமாகக் கேளுங்கள். நான் வேண்டுவது எல்லாம் இதுபோல் ஒரு அறிக்கையை நீங்கள் வெளியிட வேண்டும்: 'அதாவது உங்கள் நாடு (காலம் முடியும் வரை கடவுள் அதைக் காப்பாற்ற வேண்டும்) ஆயுதங்கள் கொடுத்து எங்கள் நாட்டிற்கு

(இந்த நாட்டில் உள்ள மதுபான தயாரிப்பாளர்களை அந்தக் கடவுள் ஒழித்துக் கட்டட்டும்) உதவ வேண்டுமானால்

சாதத் ஹசன் மண்ட்டோவை உங்களிடம் ஒப்படைத்து விட வேண்டும்'.

ஒரே இரவில் என்னுடைய மதிப்பு எங்கோ போய்விடும். இந்த அறிவிப்புக்குப் பிறகு,

நான் 'ஷாமா' மற்றும் 'டைரக்டர்' பத்திரிகைகளில் வரும் குறுக்கெழுத்துப் போட்டியை விளையாடுவதை நிறுத்திவிடுவேன்.2 மிக முக்கியமானவர்கள் என்னைப் பார்க்க வீடு தேடி வருவார்கள். உங்களுடைய வழக்கமான பல்லிளிப்பை 'ஏர் மெயிலி'ல் எனக்கு அனுப்பி வைக்குமாறு உங்களிடம் கேட்டுக்கொள்கிறேன்.

அதை என் முகத்தில் ஒட்ட வைத்துக்கொண்டு வருகிறவர்களை ஒழுங்காக அப்போதுதான் வரவேற்க முடியும்.

இது போன்ற பல் இளிப்புக்கு ஆயிரம் அர்த்தங்கள் உண்டு. உதாரணத்திற்கு,

'நீ கழுதை', 'நீ வழக்கத்திற்கு மாறாக அதி புத்திசாலி', 'எனக்கு மன அமைதியைத் தவிர வேறு எதுவும் இந்தச் சந்திப்பில் கிடைக்க வில்லை', 'நீ அமெரிக்காவில் தயாரிக்கப்பட்ட டி-சர்ட்', 'நீ பாகிஸ்தானில் தயாரிக்கப்பட்ட தீப்பெட்டி', 'நீ உள் நாட்டில் தயாரிக்கப்பட்ட மூலிகை மருந்து', 'நீ கோக்கோ-கோலா'

இத்யாதி... இத்யாதி...

பாகிஸ்தானில் நான் வாழ விரும்பப் காரணம், பூமியில் இந்தத் துண்டுப் பகுதியை நான் நேசிக்கிறேன். இதிலிருந்து புறப்படும்

தூசியெல்லாம் நிரந்தரமாக என் இதயத்தில் படிந்து விட்டது. இருந்தாலும் என் ஆரோக்கியத்தைத் திரும்பப் பெறுவதற்கு உங்கள் நாட்டிற்கு வருவேன்.

என் இதயத்தைத் தவிர மற்ற எல்லா பகுதிகளையும் உங்கள் நாட்டு நிபுணர்களிடம் கொடுத்து அதையெல்லாம் அமெரிக்காவாக மாற்றிக் கொள்வேன்.

எனக்கு அமெரிக்க வாழ்க்கைமுறை பிடித்திருக்கிறது. உங்கள் டி-சர்ட் வடிவமைப்பும் எனக்குப் பிடித்திருக்கிறது. அது மிகச் சிறப்பாக வடிவமைக்கப்பட்டிருப்பதோடு விளம்பரங் களுக்கும் ரொம்பவும் உபயோகமானது. ஒவ்வொரு நாளும் அன்றைய பிரச்சார வரிகளை அதில் அச்சடித்து ஷூஸானிலிருந்து காபி ஹவுஸ் வரை, பிறகு சீன உணவகம்3 வரை போனால் அதில் உள்ள வரிகளை எல்லோரும் படிக்கலாம்.

டீ-சர்ட் போட்டுக் கொண்டு, நீங்கள் அன்பளிப் பாகக் கொடுத்த பைப்பை என் பற்களுக்கு இடையில் வைத்துக் கொண்டு, மாலுக்குப் போக எனக்கு 'பேக்கார்ட்' வண்டியும் தேவை. என்னைப் பார்த்தவுடன் எல்லா முற்போக்கு மற்றும் முற்போக்கு அல்லாத எழுத்தாளர்கள் அனைவரும் அவர்களுடைய நேரங்களை வீணடித்துக் கொண்டிருக்கிறார்கள் என்பதை உணர வேண்டும்.

ஆனால் பாருங்கள் அங்கிள், காருக்கு பெட்ரோலை நீங்கள்தான் வாங்கித் தர வேண்டும். இருந்தாலும் எனக்கு 'பேக்கார்ட்' கிடைத்த அந்த நொடியிலேயே 'ஈரானின் ஒன்பது மணங்கு எண்ணெயும் ராதையும்' என்று கதை எழுதுவதாக உறுதிமொழி தருகிறேன். என்னை நம்புங்கள். அந்தக் கதை பிரசுரமாகும் அந்தக் கணத்திலேயே ஈரான் எண்ணெயோடு உள்ள எல்லாப் பிரச்சனைகளும் தீர்ந்து விடும். பிறகு உயிரோடு இருக்கிற மௌலானா ஜபார் அலிகான்4 'லாய்ட் ஜார்ஜும் எண்ணெயும்' என்ற கவிதையை மாற்றி எழுத வேண்டி வரும்.

நான் உங்களிடம் எதிர்பார்க்கும் இன்னொரு விஷயம் குட்டிக் குட்டியான அணுகுண்டுகளை நீங்கள் எனக்கு அனுப்பி வைக்க வேண்டும். மிக நீண்ட நாட்களாக ஒரு நற்காரியம் செய்ய வேண்டும் என்று விருப்பம் கொண்டுள்ளேன். அது என்னவென்று தெரிந்து கொள்ள நீங்கள் ஆசைப்படுவது இயற்கையானதுதான்.

நீங்கள் எத்தனையோ நற்காரியங்கள் செய்திருக்கிறீர்கள். தொடர்ந்து செய்து கொண்டிருக்கிறீர்கள். ஹிரோஷிமாவை நிர்முலமாக்கினீர்கள். நாகசாகியை தும்பும் தூசுமாக்கினீர்கள். ஒவ்வொன்றும் அதனதன் வடிவில் என்று பல ஆயிரம் குழந்தைகள் ஜப்பானில் பிறப்பதற்குக்

காரணமானீர்கள். எனக்கு வேண்டியதெல்லாம், எனக்குச் சில சலவை இயந்திரங்களை அனுப்பி வையுங்கள். இது அப்படித்தான்: இங்கு பல முல்லா வகையறாக்கள் சிறுநீர் கழித்த பிறகு ஒரு களிமண் கட்டியை எடுத்து, ஒரு கையை நாடா அவிழ்க்கப்பட்ட சல்வாருக்குள் விட்டு சிறுநீர் கழித்த பிறகு சொட்டக்கூடிய கடைசி துளிகளைக் களிமண்கட்டியில் பிடித்த பிறகு அவர்கள் நடையைத் தொடருகிறார்கள்.

இதைப் பொதுவில் எல்லோரும் பார்ப்பது போல் செய்கிறார்கள். நான் விருப்பப்படுவது எல்லாம் அப்படி ஒருவன் தோன்றும் அந்த சமயத்தில் நீங்கள் எனக்கு அனுப்பி வைத்த அணுகுண்டை எடுத்து அவன் மீது வீச அந்த முல்லாவும் அவன் பிடித்துக் கொண்டிருக்கும் களிமண்கட்டியும் புகையாக மாற வேண்டும் என்பதே என்னுடைய விருப்பம்.

எங்களோடு நீங்கள் போட்டுள்ள இராணுவ ஒப்பந்தம் தனிச்சிறப்பு வாய்ந்தது.

அதை நீங்கள் அப்படியே தொடர வேண்டும். இந்தியாவோடும் இதற்குச் சமமான ஒன்றை நீங்கள் கையெழுத்திட வேண்டும்.

போன யுத்தத்தில் நீங்கள் உபயோகித்து இப்போது பயனற்று இருக்கும் ஆயுதங்களை எல்லாம் எங்கள் இருவருக்கும் விற்பனை செய்யுங்கள். இந்தக் குப்பைகள் எல்லாம் உங்களிடமிருந்து அகற்றப்படுவதோடு, உங்களுடைய ஆயுதத் தொழிற்சாலைகளும் இனிமேல் வேலையற்று இருக்காது.

பண்டிட் ஜவஹர்லால் நேரு காஷ்மீரைச் சேர்ந்தவர். அதனால் அவருக்கு சூரிய ஒளியில் வைத்தவுடன் வெடிக்கும் துப்பாக்கி ஒன்றை நீங்கள் அனுப்பி வைக்க வேண்டும்.

நானும் காஷ்மீரைச் சேர்ந்தவன்தான். ஆனால் முசல்மான். அதனால்தான் எனக்கென்று சிறிய அணுகுண்டுகளைக் கேட்கிறேன்.

இன்னும் ஒரு விஷயம். எங்களால் அரசியல் சாசனத்தை உருவாக்க முடியவில்லை. அதனால் தயவுபண்ணி சில நிபுணர்களை அனுப்பி வையுங்கள். ஒரு தேசம், தேசியகீதம் இல்லாமல் இருக்கலாம். ஆனால், அரசியல் சாசனம் இல்லாமல் இருக்க முடியாது - உங்களுடைய விருப்பமும் அதுவாக இருந்தால் மட்டும்.

இன்னும் ஒரு விஷயம். இந்தக் கடிதம் உங்களுக்குக் கிடைத்தவுடன் ஒரு கப்பல் முழுக்கத் தீப்பெட்டிகளை எனக்கு அனுப்பி வைக்கவும். இங்கு தயாரிக்கப்படும் தீக்குச்சிகள் ஈரானில் தயாரிக்கப்படும் தீப்பெட்டிகளோடு உரசினால்தான் பற்ற வைக்க முடிகிறது.

பாதிபெட்டி வரை உபயோகித்த பின், மிச்சத்தை ரஷ்யாவில் தயாரிக்கப்பட்ட தீப்பெட்டிகள் உதவியில்லாமல் உபயோகிக்க முடியாமல் வீணாகிறது. ஆனால் அது தீக்குச்சி போல் அல்லாமல் பட்டாசுபோல் நடந்து கொள்கிறது.

அமெரிக்காவில் தயாரிக்கப்படும் மேலங்கி அற்புதமானது. அவை இல்லாமல் எங்கள் லண்டா பஜார் வெறிச்சோடிக் கிடக்கும். அங்கிள், நீங்கள் ஏன் எங்களுக்கு டிரவுசர்களையும் அனுப்புவதில்லை. நீங்கள் உங்கள் டிரவுசர்களைக் கழற்றுவதே கிடையாதா? அப்படி ஒருவேளை செய்தால், அதை இந்தியாவிற்கு அனுப்பி வையுங்கள். இதிலும் ஒரு செயல்திட்டம் இருக்க வேண்டும். எங்களுக்கு டிரவுசர் இல்லாமல் மேலங்கியை மட்டும் அனுப்பி வையுங்கள். டிரவுசரை எல்லாம் இந்தியாவுக்கு அனுப்பி வையுங்கள். யுத்தம் என்று வந்தால் உங்களுடைய டிரவுசரும் மேலங்கியும் நீங்கள் கொடுத்த ஆயுதங்களைக் கொண்டு போரிட்டுக் கொள்ளும்.

சார்லி சாப்ளின் தன்னுடைய அமெரிக்கப் பிரஜா உரிமையைத் திருப்பிக் கொடுத்து விட்டதாகக் கேள்விப்பட்ட விஷயம் என்ன? அந்தக் கோமாளி என்ன செய்து கொண்டிருப்பதாக நினைக்கிறான்? நிச்சயமாக அவன் கம்யூனிஸத்தால் அவதிப்பட்டுக் கொண்டிருக்க வேண்டும். இல்லையென்றால் வாழ்க்கை முழுக்க உங்கள் நாட்டில் வாழ்ந்தவன், பேரும் புகழும் பெற்றவன், பணமும் சம்பாதித்தவன், அவன் செய்தது போல் செய்திருப்பானா? எவராலும் கவனிக்கப்படாமல் லண்டன் தெருக்களில் பிச்சை எடுத்துத் திரிந்ததை அவன் மறந்துவிட்டான் போலும்!

அவன் ஏன் ருஷ்யாவிற்குப் போகவில்லை? ஆனால் அங்குதான் கோமாளிகளுக்குப் பஞ்சமே இல்லையே. அவன் இங்கிலாந்துக்குத்தான் போக வேண்டும். அப்போதாவது அங்குள்ளவர்கள் அமெரிக்கர் போல் வாழ்க்கையில் வாய்விட்டுச் சிரிக்கக் கற்றுக் கொள்ளட்டும். தற்போதைய நிலையில் அவர்கள் எப்போதும் துயரம் நிறைந்தவர்களாகவும், தற்பெருமை கொண்டவர்களாகவும் இருக்கிறார்கள். அவர்களுடைய போலித்தன்மைகளில் சிலவற்றைக் கிழித்து எறிவதற்கு,

இதுதான் சரியான சந்தர்ப்பம்.

ஹெட்டி லாமருக்கு காற்றில் ஒரு சுதந்திரமான முத்தம் கொடுத்து நான் இந்தக் கடிதத்தை முடித்துக் கொள்கிறேன்.

உங்கள் சகோதரனின் மகன்
சதாத் ஹசன் மண்ட்டோ.

1. ஹாபிஸ் ஜுலாந்தரி – சுதந்திரத்திற்கு முன் மிக முக்கியமான உருதுக் கவிஞர். ஷாநாமா –இ–இஸ்லாம் என்ற இஸ்லாமிய வரலாறு பற்றிய காவியப் படைப்பின் மூலம் பிரபலமானவர். ஷாநாமா என்ற காவியத்தைப் படைத்த பாரசீகக் கவிஞன் ஃபிர்தௌசிக்கு சமமாக ஒப்பிடக் கூடியவர். ஹாபிஸ் பிரபலமாக ஃபிர்தௌசி –இ– இஸ்லாம் என்று அழைக்கப்பட்டார். சுதந்திரத்திற்குப் பிறகு பாகிஸ்தானின் தேசியகீதம் எழுதும் பொறுப்பு அவரிடம் கொடுக்கப்பட அவரும் அதைச் செய்து முடித்தார். இருப்பினும் தன்னுடைய திறமைக்கேற்ற அங்கீகாரம் வழங்கப்படவில்லை என்ற மனவருத்தம் அவருக்கு இருந்தது. அவரை மனிதனாகவோ, கவிஞனாகவோ மண்ட்டோ ஏற்றுக் கொள்ளவில்லை.

2. டெல்லியிலிருந்து வெளிவந்த ‘ஷாமா’, லாகூரில் இருந்து வெளிவந்த ‘டைரக்டர்’ இரண்டும் பிரபல மான உருதுப் பத்திரிகைகள். அச்சமயத்தில் இப்பத்திரிகைகள் குறுக்கெழுத்துப் போட்டிகளை நடத்தி நிறைய பணத்தைப் பரிசாகக் கொடுத்தன.

3. ஸெலின் காப்பி ஹவுஸ், பாக் டீ ஹவுஸ், செனே உணவகம் எல்லாம் லாகூரில் உள்ள மாலில் உள்ள பிரபலமான உணவகங்கள். எழுத்தாளர்களும், அறிவுஜீவிகளும் அங்கு ஒன்று கூடுவது வழக்கம். பாக் டீ ஹவுஸ் மட்டுமே பெரும் நஷ்டத்தில் இருந் தாலும் தொடர்ந்து இயங்கிக் கொண்டிருக்கிறது.

4. மௌலானா ஜாஃபர் அலிகான்: கவிஞர், எழுத் தாளர், பத்திரிகையாளர். ‘ஜமீன்தார்’ என்ற செய்தித் தாளை நிறுவியவர். 1950களில் இறந்து போனார்.